તું અને હું

ચિરાગ પરમાર

Made with ❤ on the Notion Press Platform
www.notionpress.com

સામગ્રી

સામગ્રી

સામગ્રી

સામગ્રી

સામગ્રી

સામગ્રી

પ્રસ્તાવના

સ્વ પૂજનીય પિતાશ્રી શિક્ષક હોવાથી સતત વાંચન કરતાં હતા. એમનાથી પ્રભાવિત થઈને મને પણ વાંચવાનો શોખ રહ્યો છે. છેલ્લા ઘણા સમયથી મને કોવીડ પેંડેમીક ના કારણે થોડોક સમય મળવા લાગ્યો અને વલસાડી નામનું ખુબ જ પ્રખ્યાત ફેસબુક ગ્રુપ છે.

જેમા દર અઠવાડિયે પ્રતિયોગિતા થતી હોય છે. જે ગ્રુપ માં હું નિયમિત લખતો થયો. સોમવાર થી શુક્રવાર સુધી કવિતા, વિચારો વગેરે લખી શકાય. ત્યાં રોજ લખવાની લગન ના કારણે દર અઠવાડિયે ૫ કવિતાઓ લખાતી જેનાથી મારો ઉત્સાહ વધતો.

દર અઠવાડિયે પત્ની ધ્વારા ટોપિક આપવામાં આવતો જેનાથી મારો પ્રથમ નંબર આવતો. પ્રથમ નંબર મળવાથી લખવાની ભૂખ લાગી અને એમ કરતાં કરતાં ઘણી બધી કવિતાઓ લખાય ગઈ જે અહીં પુસ્તક રૂપે આપની સમક્ષ મૂકી રહ્યો છું.

સ્વીકૃતિઓ

મારે મારી અદ્ભુત, સુંદર, સઁસ્કારી, સમજદાર, સાદગીભરી, શાંત સ્વભાવ પત્ની, જ્યોત્સ્નાનો આભાર માનીને શરૂઆત કરવી પડશે. પુસ્તક ની દરેક કવિતાઓ અને એની જોડણી સુધારવામાં જ્યોત્સ્ના ધ્વારા ખુબ જ સચોટ માર્ગદર્શન મળ્યું, બધી જ કવિતો વાંચીને જે અયોગ્ય લાગતી કવિતાઓને કાઢી નાખવાની સૂઝ પણ જ્યોત્સ્ના પાસે છે તે જયારે મારી કવિતાઓનું પ્રુફ રાઇડિંગ કર્યું ત્યારે વધારે ખબર પડી.

બધી જ કવિતા વાંચવાથી લઈને પુસ્તકનું કવર પર મને સલાહ આપવા સુધીના અને મને કવિતામાં ટોપિક આપવાના અને કવિતામાં સુધારા કરવાથી જ હું આ પુસ્તક ને સંપાદિત કરી રહ્યો છું, આ પુસ્તક મારા માટે મહત્વપૂર્ણ હતું કારણ કે એમાં મારી પત્નીનો પણ ખુબ જ ફાળો છે. જ્યોત્સ્ના નો દિલ થી ખૂબ ખૂબ આભાર,

લેખક પરિચય :

ડૉ. ચિરાગ મંગળદાસ પરમાર

એન્કરિંગ અને ન્યૂઝ રીડરનો કોર્સ

(અમદાવાદમાં થિયેટર મીડિયા સેન્ટર દ્વારા પ્રદાન કરવામાં આવ્યું છે).

સ્વ.શ્રી હસમુખ બારાડીના માર્ગદર્શન હેઠળ

એમ.બી.એ, ડી.બી.એ (બિઝનેસ એડમિનિસ્ટ્રેશનમાં ડોક્ટરેટ)

અનુભવ : (નિધિ હોસ્પિટલ, અમદાવાદ)

હાલમાં,(લોટસ હોસ્પિટલ, વલસાડ) તેઓ હેલ્થકેર સેક્ટર ના CEO છે.

ડૉ. ચિરાગ પરમાર ગુજરાતી અને હિન્દી ભાષાના કવિ, બ્લોગર, શાયરી નિર્માતા, વિવિધ વિષયો પર આત્મકથાના, લઘુ વાર્તા લેખક, લેખક અને ગાયક પણ છે તેઓ મૂળ અમદાવાદ, ગુજરાત, ભારતના રહેવાસી છે.

ડૉ. પરમારના પિતા, સ્વ. શ્રી મંગળદાસ ધુળાભાઈ પરમાર, એક સરકારી શિક્ષક અને ખૂબ જ પ્રખ્યાત સામાજિક કાર્યકર પણ હતા. તેમના માતાનું નામ સ્વ.શ્રી લીલાબેન એમ.પરમાર છે.

ડૉ.પરમારે જ્યોત્સના સાથે લગ્ન કર્યા છે. જ્યોત્સનાએ તેનું બીકોમ, એમકોમ અને બીએડ અભ્યાસ પૂર્ણ કર્યું છે અને તે હાલમાં ડાયેટિશિયન તરીકે કામ કરી રહ્યા છે. તેમની પોતાની YouTube ફૂડ ચેનલ છે, જેને JCIA's Kitchen તરીકે ઓળખવામાં આવે છે. તેમને આદિત્ય અને ઈશાન નામના જોડિયા કિશોરો છે. ડૉ.પરમાર હાલ વલસાડમાં રહે છે.

ડૉ. પરમાર ગુજરાતના અગ્રણી અંગ્રેજી અખબાર, અમદાવાદ મિરર માટે બ્લોગ લખે છે.

તાજેતરમાં હબ ધ ક્લબ, સુરત ખાતે ઓપન માઈકસ દ્વારા તેમની મુલાકાત લેવામાં આવી હતી અને તેમની હિન્દી કવિતા શેર કરી હતી. તેઓ ટૂંકી વાર્તા માટે જ્યોતિકલસ સામાયિકમાં પણ લખી રહ્યા છે.

તેમને વલસાડી ગ્રુપના ફેસબુક પેજ પર પણ લખવાનો શોખ છે અને આખા વર્ષ દરમિયાન શ્રેષ્ટ લખાણ માં ડોક્ટર પરમાર ને ૨૦૨૨ વર્ષનો ત્રીજા ક્રમાંકે એવોર્ડ મળેલ છે. તે ક્યારેક વલસાડ ખાતે પુસ્તક પરબને મદદ કરે છે (જે દર રવિવારે રસ્તાના કિનારે લોકોને મફત પુસ્તક આપે છે). તેઓ એક સામાજિક કાર્યકર પણ છે અને JCI ક્લબ અને Rotary ક્લબ વલસાડમાં પણ ભાગ લે છે.

આ તેમની કવિતાની થીમનું પ્રથમ પુસ્તક છે, અને તેમનું આગામી પુસ્તક ગુજરાતીમાં " કોણ વાંચશે " તરીકે વિમોચન કરવામાં આવશે .

વ્યસ્ત સમયપત્રકમાં, તે ગાયન, ચિત્રકામ અને રસોઈ જેવી પ્રવૃત્તિઓ કરે છે. તે હેલ્થકેર પ્રવૃત્તિઓના વિષય પર એક સારા ટ્રેનર છે. તેઓ લોકોને અગ્નિ સલામતી અંગે જાગૃતિ માટે વિનામૂલ્યે ફાયરની તાલીમ આપી રહ્યા છે. તે સ્વાસ્થ્ય પ્રત્યે ખૂબ જ સભાન છે અને તેઓ ઘણી દોડ અને સાયકલ ચલાવવાની પ્રવૃત્તિઓમાં ભાગ લીધો છે. તે VRG (વલસાડ રેસર્સ ગ્રુપ), વલસાડના સભ્ય છે. તેમણે તેમના શૈક્ષણિક સમય અને કાર્યસ્થળમાં ઘણા પ્રમાણપત્રો, ચંદ્રકો અને ઘણું બધું જીત્યું છે.

કવિતાઓ ઘણી લખી છે, કવિ જયારે પણ લખતો હોય ત્યારે એના પોતાના વિચાર તો હોય જ પણ આ પુસ્તકમાં મારી સાથે મારી WIFY ના પણ વિચારો છે. જે સતત મને મદદ કરતા હોય છે. આમાંથી ઘણી બધી કવિતાઓ ફક્ત અને ફક્ત કાલ્પનિક છે. કવિતાઓની સાથે સાથે નાની-નાની મીઠી-મીઠી ગુજરાતી શાયરી જેનું નામ રસગુલ્લા રાખેલ છે. એ પણ આપ સૌને મજા આવશે

તેવી આશા છે.

દરેક કવિ નું એક અનોખું નામ છે એમ મારુ પણ નામ છે <u>"ચિરાગજ્યોત"</u>

નીચના મારા ધ્વારા સૂચન હતા કે પુસ્તક નું નામ શું રાખીયે અને એમાંથી જે સૌથી વધારે ગમ્યું તે

- " (શબ્દરૂપી - તું અને હું) પુસ્તક નું નામ રાખ્યું છે.

1. તું અને હું ના શબ્દો
2. શબ્દરૂપી તું અને હું
3. તું અને હું નું આકાશ
4. તું અને હું નું સ્વર્ગ
5. તું અને હું નો જન્મ
6. તું અને હું નો સંબંધ
7. તું અને હું નું કારણ
8. ક્યાંક તું અને હું
9. કલ્પનાનો સાગર - તું અને હું
10. દિવસને રાત - તું અને હું
11. વ્યાકુળ મન તારું ને મારુ
12. મીઠાસ - તારી ને મારી
13. કલમે પ્રેમ - તું અને હું
14. હૂંફ શોધતા તું અને હું
15. પરસ્પર બસ તું અને હું
16. હૃદયમાં તું અને હું
17. તું અને હું નો સરવાળો
18. અનોખા- તું અને હું
19. સાચો સંબંધ - તું અને હું
20. લાગણીનો અવસર - તું અને હું

લેખક પરિચય :

1. (સવાર ની ચા)

ચાલ ને હવે ગોદડું હટાવી
ચા ચિરાગે તારા માટે છે બનાવી
હજુ સુરજ તો નથી આવ્યો બહાર
એટલે કહું ચા છે મારી ખુશ્બુદાર
ચાલ ને ટાઢ ને કહી દે બાય બાય
અને ચા ને કહી દે હાય હાય

2. (વાંચનાર ક્યાં છે ?)

મારે પણ બહુ લખવું છે
પણ વાંચનાર ક્યાં છે
શબ્દો ની આ માયાજાળમાં આપણું કોણ છે
શોધ ચિરાગ તું, મળશે કોઈ અહીં
તું (હું)ક્યાં છે પહેલા દોસ્ત,એ તો શોધ
પછી વાંચનાર તો મળી જશે એ તું નોંધ...

3. (ઉત્તરાયણ છે આજ ધાબે થી નહીં ઉતરું હું)

ઊંચાઈ પર જવાનું શીખવાડે છે મને પતંગ
હું દોરી અને પતંગ ના મનમેળ (પ્રેમને) ને માણીશ તરંગ.......
મિત્રો અને સખીઓને કરીશ હું ભેગા
પછી ભલેને કાપતા પેચ બધાના......
ઘાયલ ના થાય કોઈ મારી દોરીથી
અમે કરીશું પ્રાર્થના એવી દિલથી
સાંજે સળગાવીશ ચિરાગ ને તુક્કલ બનાવીને....
પણ આજ ધાબેથી તો નહીં જ ઉતરું હું

4. (વલસાડી ઉંબડીયું ખાઉં કે અમદાવાદી ઊંધીયુ)

બંને છે મારા માટે સ્વાદીષ્ટ
તમે જ કહો, કોને કહું વિશિષ્ટ
એકમાં છે સુરણ, બટાકા, પાપડી અને કંદ
બીજામાં છે બધી જ શાકભાજીના છંદ
બંને છે નંબર વન તીખાશ
શું કરવા રાહ જોવું કોઈની ખાસ
સુગંધ આવે છે બંનેની જકક્કાસ
કેમ કરું રોકું ચાખવાની ખ્વાઈશ
અરે જવા દે, ચિરાગ એ બધી વાત
બંને ને ખાઈને ઉપકાર માનીએ તુરંત

5. (કોરોના ના ત્રીજા વેવ ના મારા અનુભવો....ની વાત કરીએ)

સૌ પ્રથમ તો એ તોડસે શરીર તમારું
પછી લાવી આપશે, ટેમ્પરેચર ઓચિંતું

.

નહીં નહીં તમે નહીં ગભરાશો,
ડોલો લઈને આરામ ફરમાવશો

.

પહેલા દિવસે એ ઉબકા કે ઉલટી પણ કરાવશે
શાંત મન રાખશો તો, કોરોનાને હરાવી શકાશે

.

બીજા દિવસે કે ત્રીજા દિવસે તાવ થશે ગાયબ
આવશે ખુશી ચહેરા પર હવે નાયાબ
એણે તોડેલું શરીર,.થશે બેઠું પાછું
ત્યાં સુધી વાંચજો તમે છાપું

.

ઠંડી એટલી બધી લાગશે મારા લાલ
કે, ગોદડાં ઓઢીને થાકશે, શરીર કાલ

.

જ્યુસ, હળદર ના પાણી નો કરજો મારો
પછી જુવો કેવી આવે છે, જીવન જીવવાની મજા યારો

.

ભાવસે નહીં કાઈ પણ, ગમે તે થાય ખાવાનું રાખજો
કોરોના ભાગશે, તેવા વિચારો હંમેશા તાજા રાખજો

.

શરીર ને ના આપતા હમણાં કોઈ કષ્ટ
કારણ કે હજુ, દુશમન છે હજુ સજ્જ

.

માસ્ક થી ઢાંકી રાખજો, નાક ને મુખ તમારો
નહીંતર બીજા ને લાગશે ચેપ તમારો

6. (ધ્વજ ને લહેરાવશે)

ફરી આજ બધા ધ્વજ ને લહેરાવશે
ગીતો ગાશે અને ડાન્સ પણ કરશે

.

૨૬ ની જાન્યુઆરી ના આ પ્રજાસત્તાક દિવસ ની શુભકામના
કરશે
પછી મારા તિરંગાને ગમે ત્યાં ફેંકીને મને દુ:ખી કરશે

.

બંધારણ ને વાંચીને સમજવું પડશે
તો જ કાયદાઓનું જ્ઞાન મળશે

.

કઈ કેટલાય ના બલિદાન થયા છે આઝાદી મળવામાં
એટલે જ કહું છું, મારા તિરંગાને ગમે ત્યાં ના રઝળવાતાં

7. (અમદાવાદી-વલસાડી)

હતો હું અમદાવાદી ધીરે ધીરે
થાવ છું હવે દિલથી વલસાડી..

.

અહીં છે તાજી હવા ને મસ્ત, દરિયા કિનારો
સવારે દોડવાની આદત નો છે, હવે નજારો...

.

ભાગમભાગ નથી હવે, શાંતિ ની છે અહીં ગાથા
વૃક્ષો ને સાચવવાની કલા,સાદગીની છે અહીં છાયા....

.

સંસ્કૃતીનો આંખો દેખ્યો છે, અહેવાલ
અહીં કોઈ વાત ની નથી, ધમાલ...

.

ડી-માર્ટ એક છે અને બે છે થિયેટર
એટલે નીહાળીયે છીએ ટગર-ટગર...

.

લખવા માટે મળ્યું છે, વલસાડી ગ્રુપ
બીજું શું જોઈએ ? છે ચિરાગ હવે તૃપ્ત....

૮. (આંસુનું પણ સરનામું હોવું જોઈએ)

હું ક્યાં માંગુ છું કશુંય તારી પાસે
ચાહું છું બસ વાત કર મારી સાથે

.

હવે, નથી લેવી ઊંઘની ગોળીઓ
સાબીત કર્યું, તુંજ મારા દિલની છે નળીઓ

.

ઘડીક થાય ને વાગે, બીપ બીપ
વોટ્સ એપ માં જુવે નજરો ટીક ટિક

.

વાદળી ટિક ની રાહ જોવાની આદત
સામે ઉત્તર મળે તેની રહે હવે ચાહત

.

જો ઉડી જશે કદાચ whats અપ
તો થઈ જશે ચિરાગ Sad અપ

.

કવિતા ને તમે હવે, મજાક ના સમજો
રહી ગયું નામ એનું, લખવાનું માફ કરજો

૯. (અમુક સંબંધો ના નામ નથી હોતા)

અમુક સંબંધો ના નામ નથી હોતા
બસ,એતો દિલથી હોય છે, માણવાના....
છોડવું છે બધી મોહ અને માયા
પણ એના વગર ક્યાં છૂટે છે આ કાયા
રોજ સવારે વિચારું, પાછો વળી જઉં
પછી થાય કે , ક્યાં જઈશ માયા વગર
અમુક સંબંધોના નામ, નથી છતાંય
તો પણ નામ શોધવા,છે જવાય
એમણે તો કહીં દીધું, છોડો મને એકલા
પણ એમ કેવી રીતે ફાડું છેડો,
શ્વાસનો છે હવે નાતો
પ્રેમભર્યા જેવા શબ્દો છે સાંભળવા
હવે જુના દિવસો, પાછા છે મારે મહાલવા
ખબર છે ....
સળગવા માટે જ છે મળ્યો જન્મ કે શું
એટલે તો નામ મળ્યું છે, ચિરાગ હવે શું ????

10. (વેલેન્ટાઈન ડે ની અગાઉ થી શુભકામના)

પોકેટ મની માંથી બચાવી લીધા છે થોડા પૈસા
આવે છે વેલેન્ટાઈન ડે, એટલે જોવું છું સપના.

.

સ્ક્રોલ કરું સોશિયલ મીડિયા તો, તો દિલ મારુ લલચાય
શું ખરીદું એના માટે, એમાં દિલ મારુ હરખાય.

.

ડવ સાબુ, ફેર એન્ડ લવલી અને નવું લેઝર તો લીધું છે ક્યારનુંય
ક્યાંક ભાવ વધી જાય રાતોરાત તો, પોકેટ મની, ઓછી પડે હન્ધુય.

.

આ એક એવો દિવસ છે, કે કહી દવ દિલની બધી વાતો
પછી ખબર નહિ મળશે ? આવા દિવસનો લાહવો.

.

ખબર છે ચિરાગ મને, કે છેલ્લે તો હું એજ પંક્તિ ગાવાનો
ચમન તુજને સુમન, મારી જ માફક છેતરી જશે ...દીવાનો.

11. (પતંગિયું)

પતંગિયું જ છું હું,ઉડ્યા જ કરું બસ
ખબર છે મને, તમારે પણ જોઈએ છે પંખ..

.

મને અડશો નહિ, કાચો જ હોય છે મારો રંગ
તમને પણ ગમી જશે, મારો આ આહલાદક સંગ ...

.

ભગવાને ભર્યા છે કેટલાય રંગની ખૂબીઓ મારામાં
નાહક તમે પરેશાન ના થશો, મને પકડવામાં...

.

ફોટા લઇ લો મારા બસ કેમેરામાં જ કેદ કરોને હવે
ઘરે તો નહિ લઇ શકો , માફ કરશો મને હવે...

12. (the Wall.....મારી વોલ, મારા વિચારો)

આ દીવાલ નથી દોસ્ત, ફક્ત
મારી લાગણીઓ છે, અહીં સમાણી...
ફોટા પડાવવા આ દીવાલ, બનાવી લાલ
દરેક પ્રસંગ અને પલ,ઉજવીયે હર હાલ...
લાલ છે, દીવાલ નો રંગ
હૃદય છે, સમાયેલું સંગ..
સફર અહીં જ છે, ચાર દિવાલોમાં
તારો સહારો લઈએ, દરેક વાતમાં...
દરેક ના ઘરમાં હશે,એક દીવાલ આવી
પ્રેમ નું પ્રતીક છે, ચિરાગ આ લાલ દીવાલ નવી...

13. (લત્તાજીને સમર્પિત)

કોયલ તો ખાલી, કુહુ કુહુ કરે
લત્તાજી તો દિલમાં, રાગ ભરે...

.

સ્વર ની સામ્રાગની, છે લત્તાજી
30000 ગીતો ગાયા, છે કંઠેજી...

.

36 થી વધારે ભાષામાં કંઠ છે આપ્યો
એટલે તો, ખિતાબ ભારતરત્ન મળ્યો...

.

યાદ આવશો, વાગશે જયારે ગીતો તમારા
ભલે ને આંસુ આવે, સાંભળીને આંખમાં અમારા...

.

તમારી આવાજ જ, અમારા માટે પહેચાન છે
સદા યાદ રહેશે, બધાને ને તમારું આ અહેસાન છે...

14. (પ્રપોઝ ડે)

આજે પ્રપોઝ ડે છે, એમાં શું
એવું કહેનાર પણ, હશે આજ....

.

હૃદય ની વાતો એમજ, ઢાંકી દેનાર હશે આજ
અને કહેવાની ઈચ્છા દબાવી, રાખનાર પણ હશે આજ...

.

દોસ્ત ને કહું કે, કહી આવે મારા વતી વાત
એવું પણ બને કે, એની જ વાત કરી આવે આજ...

.

કહેવા જશો જો, (પાગલ) લવ નું પ્રપોઝ
તો બનાવી શકે છે, ખાલી દોસ્ત આજ...

.

ઝાપટ પણ પડી શકે, આજ
એવો છે આ પ્રપોઝડે, ખાસ...

.

કોઈ કહેશે Attraction છે તો કોઈ Love My Foot
અજીબ કસમકશ છે દોસ્ત, આ પ્રેમની માથા-ફૂટ...

.

માટે ચેતીને, સમજીને કરજો પ્રપોઝ આજ
બાકી ચિરાગને,જલાવીને જ્યોત પ્રગટાવજો આજ...

15. (આત્મતીયતા)

આદત હતી એ, બીજું શું હતું
હાલહવાલ પૂછવાનું,રોજ ચાલુ હતું
ચા કે કોફી નોજ નશો હોય, ના દોસ્ત
વાતો કરવાનો પણ નશો હોય, છે દોસ્ત
ક્યાં ભુલ થઈ એ જાણવા માટે, જાગ્યો આખી રાત
પણ મળી ના કોઈ ભૂલ તારી કે મારી,એવી કોઈ બાબત
ચાલ ને હવે,આ સંબંધને સમજીએ
ક્યાં છે ચિરાગ, આત્મીયતા થી શોધીએ....

16. (સ્મશાન)

ના કર દોસ્ત અભિમાન
એક દિવસ બોલાવશે સ્મશાન
ગઈકાલે ગયો હતો, સ્મશાનભૂમી
દુઃખદ હતા ચહેરાને રડમસ હતી, આંખો

.

આકાશ,વાયુ,અગ્નિ,જળ અને પૃથ્વી
જેને આપણે પૂજીયે વિશેષ મનથી......

.

મારા પપ્પા ને, અહીં જ તો લાવેલા
નશ્વર દેહ પંચ મહાભુતમાં વિલીન થયેલા...

.

દુઃખી છું હું, આજે ફરી
યાદ આવી પપ્પા તમારી...

.

થોડીક વાર થઇ ને, આંસુ રહી ગયા સુકાય
કબલ્યું,"ચિરાગ" તારે પણ આવવાનું છે, એક દિવસેય

17. (ચોકલેટ)

ડાર્ક ચોકલેટ નો આશિક છું હું
એટલે તો હેપ્પી ચોકલેટ ડેકહું છું હું
સિલ્ક ખવ કે કીટકેટ કે પછી સુમુલ
એવા વિચારોમાં પીગળી ગઈ મારી અમુલ...

18. (કવિતા-મગજ નો એમ.આર. આઈ)

ગઈકાલે મગજ નો ,એમ.આર. આઈ કરવાયો
એમાં પણ તમારો જ ફોટો, આવ્યો

.

ડોક્ટર પણ ચકિત, થઈ ગયા
ને ફરી એમ.આર. આઈ રૂમમાં, લઇ આવ્યા

.

ઝાંખી તસ્વીર હતી, એમની એમ.આર. આઈ રે
મને ખબર હતી એ, રૂપની રાણી હતી રે

.

પછી શું હું પણ સેલિબ્રિટી થઈ ગયો, એમની જેમ
એમણે મને આદત પાડી અને મેં એમને, ફેમસ કરી દીધા

.

એમ આર આઈ નું રેપોટિંગ તો કર્યું ડોક્ટરોએ
પણ કોની તસ્વીર છે, એ ના લખી શક્યા કોઈએ

.

પછી થયું એવું કે, પડ્યો પલંગમાંથી
પછી ચિરાગ, બહાર આવ્યો એ વહેમ માંથી

19. (વચન ડે)

વચન ડે છે આજે
કયારેક એમ થાય કે
સંસ્કૃતિ બદલાય છે એમ કે ?

.

ના આ (ડે) પણ હોવા જ જોઈએ
એ બહાને ભેગા થઈને માણીયે

.

મારું પણ આજે વચન છે તમને
એ હું નહીં કહું બધાની વચ્ચે

.

આમ તો વચન વગર વચન આપ્યા છે આપને
ચિરાગ રોજ બળે જ છે ઉજાસ આપવા તમને ...

20. (ચિરાગ)

આમ માણસની જેમ ચિરાગ જ હું છું
તમે કેમ સમજ્યા કે અલ્લઉદ્દીન નો ચિરાગ છું હું

.

બળી બળી ને રોશની આપું છું દોસ્ત
ઘસવા જશો તો હીરો જ બનીશ રોજ

.

મને તો બસ, ઘી રૂપી મળે પ્રેમ
એટલે ઝળહળતો જ રહું એમ

.

તકલીફ ક્યાં આપવી, ઘી અને તેલ જ, છે બહુ મોંઘા
એટલેતો મારું સ્થાન -ઇલેકટ્રીક લાઇટ જે, છે બહુ સસ્તા

.

જવા દો સમય સમય ની વાત છે
ચિરાગ ને સળગવાની તો આદત છે

21. (શ્વાસ)

શ્વાસ નથી લેતા એ બોલતાં બોલતાં
એમને કયા ખબર એ શ્વાસ મારો છે સો ટકા

.

ફોન પર જયારે સંભળાય છે શ્વાસ ના પડઘા
એમાં મારા હૃદય ની ધડકન વધે છે ફાલતું માં

.

વાતો કરે છે એટલી કાલી કાલી
સાંભળીને જ મનમાં લાગે રાગીની

.

શ્વાસ નું નામ નથી આપ્યું હજુ
લાગે ચિરાગ નું નથી કોઈ ગજુ

22. (પ્રેમ)

ના કર તું પ્રેમ કોઈને હવે
મૃગજળ જ પામીશ હવે

.

પ્રેમતો થતો નથી થઈ જતો હોય છે
ફિલ્મોમાં એવા જ તો ગીતો હોય છે

.

બચારા પ્રેમ નું નામ બદનામ થાય છે રોજ અહીં
સાચે જ એને પણ હવા ની જેમ ક્યાં જોઇ શકાય છે અહીં

.

સ્વાર્થ વગરનો પ્રેમ પામવો જમાનામાં મુશ્કેલ
ત્રણ શબ્દોની રમતમાં ઊંઘ પણ ખોશો ગાફેલ

.

હું પણ શોધું છું, પ્રેમ ની વ્યાખ્યા દોસ્ત
ગઈકાલે ચિરાગ ઊંઘ નહોતી આખી રાત

23. (વિદાય)

વેલેન્ટાઈન વિક ની વિદાય થશે કાલ
કાંઈ કેટલાય બંધાશે નવા સંબંધો આજ-કાલ...

.

કોઈએ હગ કરીને ઉજવ્યું વિક હશે
કોઈ એ આંખ માં આંસુ નું કર્યું સ્વાગત હશે,

.

કોઈ એ કરી હશે કિસ અને પ્રોમિસ ની મથામણ
તો ચોકલેટ આપીને મિસ યુ ની કરી હશે ધમાલ...

.

ટેડીને જ પ્રેમ કે પ્રપોઝ કર્યું હશે ખાસ
ભલે કોઈ ના આપે જીવનભરનો સાથ...

.

આજ તો વિક હતું કોશીશ કરવાનું
બાકી આવતા વર્ષે પાછું છે રાહ જોવાનું,

.

વિદાય છે લવ છું, હું કાલથી
પાછો આવીશ જરૂર,આવતા વર્ષથી...

.

કોરા જ રહેવાનું સ્વીકાર્યું છે, ચિરાગ
બાકી ક્યાં જરૂર છે આવા વિકની દોસ્ત...

24. (૧૪ ફેબ્રુઆરી)

આમ તો વધારે બધાને યાદ વેલેન્ટાઈન આજ
પણ મારા માટે ખાસ શહીદ દિન આજ...

.

હું પણ ફૂલો આપીશ ભગતસિંહ ની યાદમાં
એમનું નામ છે આઝાદી અપાવવામાં...

.

કેમ કરીને આપી નાજુક/નાની ઉંમરમાં ફાંસી
આઝાદી જ હતી અમારી જે પાછી માંગી...

.

એમની હેટ ની અદા જ કંઈક ઓર હતી
બૉમ્બ ફોડીને હરાવ્યા હતા અંગ્રેજોને કોર્ટમાં...

.

ચાલ ને ચિરાગ(દીવો) આજ તને જ સળગાવીયે
વેલેન્ટાઇન ની જગ્યાએ શહીદ દિનને નમીએ...

25. (નાટક)

નાટક જ ભજવી રહયા છે આપણે
જીંદગીની સચ્ચાંઈ ક્યાં છે ખબર આપણને...

.

પૂછશે ભગવાન જયારે દરબારમાં
ત્યારે યાદ આવશે? કરેલી ભૂલો સંસારમાં...

.

અવાજ પણ નહીં નીકળે એ છે તય
ડૂમો જ ભરાઈ જશે ભજવેલા નાટકના મય...

.

જાણીએ છીએ કે અમસ્તું જ નાટક છે આ જીંદગી
પણ કોણ આપે છે ચિરાગ નાટક બંધ કરવાની પરવાનગી...

26. (કવિની ઉંમર)

મને કેમ પૂછો છો મારી ઉંમર
કાલ્પનિક છીએ અમે ના પૂછશો ઉંમર

.

કવિ ની ઉંમર નથી હોતી એ ખબર
લખે ત્યારે કવિ પોતે બને એ ઉંમર

.

હોય છે કાલ્પનિક કે સાચી કવિતા
એ તો ફક્ત કવિ જ હોય છે જાણતાં

.

ના પૂછશો ઉંમર બસ વાંચો જ ફક્ત અમને
ચિરાગ ની ઉમર શોધીને શું કામ તમને

27. (સફર)

બસ આજ તો સફર છે જિંદગીમાં
ઉઠો ભાગો અને મંડ્યા રહો કામમાં...

.

સફર એટલો જ હતો એ ખબર છે કાફીર
તો પણ ઝંખું છું, તારી જ સફર...

.

શહેર છોડી જાવ તારું ?
તો સફર અટકશે મારુ ?

.

મુશ્કેલ છે સફરમાંથી જવું અધવચ્ચે દોસ્ત
મહોરા પહેરીને હું પણ જીંદા રહીશ મસ્ત...

.

ભીડ છે જે લોકોની, હટાવી દો
સફર અટકશે ચિરાગને,જવા દો....

28. (કાજળ)

કાજળ જ છે તારી આંખોમાં
કામણગારી બને છે તું રાતોમાં

.

ન્યારી જ તો છે તારી કાયા
એટલે તો જ ગમે છે તારી માયા

.

કાજળનું ટપકું હું પણ કરું લઉં
કોઇકની નજર ના લાગી જાય સાવ

.

એટલે તો ગાઈ ગઝલ તારા માટે
કાજળ ભર્યા નયના કામણ મને ગમે છે....

.

મારે કાજળ વાળી આંખો ને જ ઓળખવાની
ચિરાગ લઈને શોધવાની હવે ક્યાં જરૂર છે.

29. (વિશ્વાસ)

દુનિયા કાયમ છે વિશ્વાસથી
એવું કહે લોકો આરામથી

.

એ જમાનો ક્યાં છે શોધી બતાવો
સગા જ નથી પોતાના જરા સમજાવો

.

ક્યાંક લોકો નજદીક લાવીને દૂર કરે
એવા પણ છે અહીં, જે આપણને ચકનાચૂર કરે

.

હું પણ દોસ્ત, થાપ ખાઈ ગયો
એમણે ફૂંક મારીને ચિરાગ ઓલવાય ગયો

.

વિશ્વાસ પાંગળો છે એ સાબીત કર્યું એમણે
બસ એક મજાક હતી એ આગાજ કર્યું જેમણે

30. (કયાં સુધી ખેચશુ પાણી)

કયાં સુધી ખેચશુ બોરથી પાણી
શું રહેશે પછી જમીન માં પાણી ?

.

ચોવીસ કલાક પાણી ની આ માંગણી
ભવિષ્ય માં ના કરે આપણને પાગણી...

.

ફ્લેટમાં ખુલ્લા રહી જાય નળ
વેડફાઈ જાય રે કીમતી જળ...

.

તરસી છે ધરતી ને તરસ્યા છે વૃક્ષ
તો કયાથી માણસને મળશે મોક્ષ...

.

દુઃખ થાય છે હવે થોભી જાવ
નહીંતર પાણી જ મારશે સાવ...

31. (હવે ખબર પડી)

ખુરશી ની જ હતી એ કમાલ
હવે કોઇના કરે મારી સાથે ધમાલ
હવે ખબર પડી
વાત છુટા પડીને પણ કરીશું તેવી હતી કાલ
આજે જરુર નથી મારી તો કેમ કરે બબાલ
હવે ખબર પડી
હોદ્દાની જ વાત રહી બિલકુલ
કામ કયાં પડવાનુ હવે ફીજુલ
હવે ખબર પડી
સ્વાર્થની દુનીયા છે આ બધી
બાકી માણસની કયાં અહી જરુર છે
હવે ખબર પડી
ઉતર્યો અમલદાર કોડીનો .....

32. (પપ્પા -અમે ભૂલી ગયા)

અમે ભૂલી ગયા
માફ કરશો અમે ભૂલી ગયા
જન્મદિન તમારો

.

બધાનો યાદ રહે જન્મદિન
કેમ કરી ભૂલ્યા જન્મદિન તમારો
ધરતી પર નથી તમે એ વાંક સમાણો

.

કર્યા મોટા અમોને પપ્પા તમે
ચલાવી સાયકલ બચત કરી તમે

.

આપ્યા મકાનો અને આપી ખુશીઓ
ત્યજી તમે તમારી બધી જરૂરિયાતો

.

વાંચન ના શોખીન તમે હતા
પુસ્તકો રોજ જુએ વાટ તમારી

.

ગુસ્સે બહુ થતા તમે, પણ એમાં સચ્ચાઈ હતી
અમને સઁસ્કાર આપવા એ,પણ જરૂરી હતી

.

કોમરેટ, દાસ, સાહેબ વગેરે નામ થી સંબોધતા
તમે શિક્ષક હતા, માન આપીને બધા સલામ મારતા

.

ક્યાં છો તમે પપ્પા ? એવા પ્રશ્નો છે મનમાં
ચિરાગને પણ ખોટ સાલે છે, તમારી આ જન્મમાં

33. (જુના-નવા દોસ્તો)

ફરી રમવી છે સાતતાળી અને ગિલીદંડા
ભલે મારતા, પપ્પા આપણને દંડા

.

૫૦ પૈસાની સાયકલ ભાડેથી, દોસ્ત છે ચલાવી
પાછળ બેસાડીને કિકિયારીઓ પાડવી છે હસાવી

.

આઇસપાઈસ ના એ ડબ્બા આવે છે હજુ યાદ
ઓનલાઇન પણ નહિ મળે એ સાચું કહું છું આજ

.

એ ખુલ્લા મેદાનો જ ક્યાં રહ્યા હવે
કોન્ક્રીટ ના જંગલો જ ઉભા છે બધે

.

બુધવાર નું ચિત્રહાર જોઈએ અને ગાઈએ
એવું ચિત્ર મળવું છે, મુશ્કેલ મોબાઈલ માં

.

હવે તો બધું જ સમાણુ એક હાથમાં
એનું નામ મોબાઈલ, જે છે બધાના હાથમાં

.

ફરી બનવું છે મારે નાનું, કારણ તો આપ્યું
ચાલ જીવી લઈએ ચિરાગ, નાનપણ પાછું આપ્યું

.

નવા દોસ્તો જાય છે ઉમેરાતા

પણ,જુના દોસ્તો જાય છે છૂટતા

.

કોઈ જાદુ કરો કે નવા-જુના બધા
મળી જાય ચિરાગ ને પાછા....

34. (યુદ્ધ)

યુદ્ધ ની કલ્પના માત્ર હૃદય ને રડાવે
મોતનો સોદો, એ શબ્દ જ મને ડરાવે...

.

અબીલ, ગુલાલ અને કંકુના જ રંગ ગમાડે
લોહીના ખાબોચિયાંના ના રંગ દઝાડે...

.

માંડ માંડ તો નીકળ્યા છે કોવીડના ખૌફમાંથી
ક્યાં નવું લાવો જાલિમ, યુદ્ધના એંધાણ થી...

.

તો એકલા જીવશો તમે શું ? કોઈ જ નહિ રહે
લાશો ના ઢેર પર, કફન પણ નહિ બચે...

.

ચિરાગ મોકલે છે શાંતિના દૂત હવે
આ યુદ્ધ શબ્દ ને, મુકો હવે નેવે...

35. (ઉનાળો)

હવે લાગશે બસ,બરફની તરસ
ફેંકી દઈશું, ધાબળો એ સરસ
છાશ, દહીં અને શરબત જોઈશે હવે રોજ
આઝાદ, અમુલની આઈસ્ક્રીમ ની લઈશું મોજ...

.

પરસેવે રેબઝેબ થવાની થશે શરૂઆત
ફુવારા નીચે ઉભા રહેવાની પડશે આદત
ચા ની જગ્યા લેશે મસાલા છાશ
અને એમાં નંખાશે, ઠંડકની આશ...

.

બરફ નો એ ગોળો અને તિથલ ની સાંજ
ઉનાળાની આ બપોર, ઊંઘ લાવશે રોજ
મોડે રાત સુધી મજા, વાતો કરવાની આવશે
ચિરાગ ની જગ્યા હવે સુરજ લઇ કાલ આવશે...

36. (હૃદય અને મન)

હૃદય અને મન ની આ મથામણ
એમાં જ માણસની અકળામણ...

.

હૃદય અને મન બંને એક જ એ મોટો પ્રશ્ન ?
એજ તો શોધું મન છે આત્માનું સ્થાન ?

.

હૃદય છે બહુ જ ભોળું અને રૂપાળું
છતાંય, મન થી વધારે કાંઈ નહીં ઉપજવાનું...

.

મન ની વાત માનું તો હૃદય ધડકન ભૂલી જાય
અને હૃદય ની વાત માનું તો મન રિસાય જાય...

.

હૃદય લે છે નિર્ણયો લાગણીથી
મન મનાવે છે બધું જ વ્યહવારથી...

.

હવે તમે જ કહો ચિરાગ વાત માને કોની
ચાલ ને વાત સરળ કરીયે દોસ્ત બંનેની...

37. (સફળતાની વ્યાખ્યા)

સફળ એ છે કે જે પોતાને પ્રેમ કરે છે, જે પોતાને પ્રેમ કરી શકે એ જ બીજાને પ્રેમ આપી શકે

સફળ એ છે જેને કોઈ બીમારી નથી

સફળ એ છે કે જે પરિવાર સાથે હસી શકે છે

સફળ એ છે કે કે દોસ્તો સાથે કયારેક એક કસ કે ચિયર્સ મારી શકે છે(વ્યસની નહીં)

સફળ એ છે કે આજે નોકરી નથી જવું અને અચાનક Bunk મારીને દોસ્તો સાથે સમય વ્યતીત કરી શકે છે

સફળ એ છે જેને સારા કામ ના આશીર્વાદ મળે છે

સફળ એ છે જે લોકોની નિઃસ્વાર્થ મદદ કરે છે(આ જમાનામાં મળવા મુશ્કેલ)

સફળ એ છે કે જે જોબ છોડી હોય ત્યાંથી ફરી જોઈન કરવા બોલાવે

સફળ એ છે કે જેની પાસે એવી બે વ્યક્તિ હોય સ્ત્રી અને પુરૂષ જે ને એ સારી તકલીફો અને ખુશીઓ વહેંચી શકે

સફળ એ છે કે જે ગાઢ નિદ્રા માણી શકે છે અને સપનાં જોઈ શકે છે

સફળ એ છે કે દિલથી આભાર અને જરૂર પડે ત્યારે નમીને માફી પણ માંગી શકે છે

સફળ એ છે જે નાના માણસોને પણ માન આપી શકે છે

સફળ એ છે જે ને ક્યારેય મરવાની કે મારવાની ઈચ્છા ના થાય

સફળ એ છે કે જે ક્રોધ અને બધી જ ઇન્દ્રિયો પર કાબુ રાખી શકે

સફળ એ છે કે સવારે વહેલા ઉઠી શકે છે

સફળ એ છે કે જેને બધું જ જમવાનું ભાવતું હોય

સફળ એ છે કે જેમના કોર્ટ કેસ કે પોલીસ કેસ ના હોય

સફળ એ છે કે જેમના ખિસ્સામાં રૂપિયા ના હોય તો પણ દુકાનદાર કહે પછી મોકલાવી દે જો તો ચાલશે..

સફળ એ છે કે જેમની પીઠ પાછળ કોઈ ખરાબ ના બોલે

સફળ એ છે કે જે ફટાફટ લિફ્ટ વગર 5 માળ ચડી શકે

સફળ એ છે કે પરિવાર ની ખુશી માટે રાતદિન મહેનત કરે

સફળ એ છે કે કોઈ પણ ડોક્યુમેન્ટ્સ શોધવા ના પડે અને તરત મળી જાય

સફળ એ છે કે બાથરૂમમાં નહાતી વખતે ગીત ગાઈ શકે (બાથરૂમ સિંગર)

સફળ એ છે કે પોતાનો હોદ્દો અને બીજાની પરવા કર્યા વગર દિલ ખોલીને નાચી શકે

સફળ એ છે કે જે થિયેટર માં સારા ડાયલોગ પર સીટી મારતાં કે બુમો પાડતાં આવડે

સફળ એ છે કે ગમે તેવી કઠિન પરિસ્થિતિ માં શાંતિથી વિચારીને રસ્તો કાઢી શકે

સફળ એ છે જે ગુસ્સો કર્યા પછી તરત જ normal અવસ્થામાં આવી શકે

સફળ એ છે કે ગમે તે ઉંમરે નવું વિચારીને એને અમલ માં લાવવાનો પ્રયત્ન કરે

સફળ એ છે કે જે ગમે તે ઉંમરે વાંચવાનું ચાલુ રાખે

સફળ એ છે કે જે, કોઈનું સારુ કરવા માટે જુઠું બોલી શકે

સફળ એ છે કે જે ને નવા મોબાઇલ ના બધા જ ફીચર આવડે
સફળ એ છે જે ને બધા જ ઘરના કામ આવડતાં હોય
સફળ એ છે કે જેમને કોઈ એક પણ વાહન આવડતું હોય
સફળ એ છે કે જેને ભારત દેશ પ્રત્યે પ્રેમ હોય અને ભારત દેશની સંપત્તિ ને નુકસાન ના પહોંચાડે
સફળ એ છે જે ગમે ત્યાં ગંદકી ના કરે ને કચરો કચરાપેટી માં જ નાખે
સફળ એ છે જે કરચોરી ના કરે, ભ્રષ્ટાચાર ના કરે અને દેશના દરેક નિયમોનું પાલન કરે
સફળ એ છે જે પાણી, વીજળી અને ઝાડ ને બચાવે
સફળ એ છે જે અન્ન નું અપમાન અને અન્ન ને બગાડે નહીં
સફળ એ છે કે જે ઈમાનદારી પૂર્વક કામ કરે
સફળ એ છે જે બીજાની સફળતાથી વિચલિત ના થાય
સફળ એ છે જે સફળતા પચાવી શકે
સફળ એ પણ છે જેનું પેટ ઓછું બહાર હોય
સફળ એ છે કે સિનિયર સીટીઝન ને રસ્તો ક્રોસ કરાવે કે બસ માં બેસવાની જગ્યા આપે
સફળ એ છે જે બેટી ઓને અને સ્ત્રીઓને માન આપે
સફળ એ છે કે જેને સામેવાળા શુ વિચારે છે એવો અનુભવ કેળવે
સફળ એ છે કે જે બીજાની વાત પૂરેપૂરી સાંભળે અને પછી ઉત્તર આપે
સફળ એ છે કે જેને કોલેજ ના કપડાં 20 વર્ષે પણ થઈ જાય
સફળ એ છે કે જે બીજાની દુખતી નસ ના દબાવે
સફળ એ છે કે જે કોઈને પ્રેમ કરીને તરછોડે નહીં
બસ, ઘણું લખાશે પણ....

છેલ્લે સફળ એ છે કે....જે કોઈને અડચણરૂપ ના બને.
(ફક્ત આ મારા વિચારો છે, હું પણ 100% નથી)

38. (ચા ની લત)

હવે તને ચાહું એ વાત માં દમ નથી
કારણ ચા જ છે મારી હવે દિન-રાત સખી...

.

કડક ચા નો શોખીન હું, ડાર્ક એનો રંગ
બસ એક કપ મળે, એટલે બદલાઈ મારો રંગ...

.

કોઈને ચાહવા કરતાં આ ચા જ સારી
જે ગમે ત્યારે આવે, હોંઠો એ મારી...

.

મેં કહ્યું ચા ને હર મિનિટ યાદ કરું તમને
ચા નો જવાબ હર સેકન્ડ યાદ કરું તમને...

.

જવાબ જ એવો હતો ચા નો
વ્યસની થઈ ગયો રાતોરાત એનો...

.

બસ, નાપાસ થયો ચિરાગ આજ
ચા જ મારી જે, ફ્રેશ કરે મને ખાસ...

39. (મહિલા દિન)

કેમ છો, આજે પુછાય જ જાશે
મહિલા દિન છે આજે Wish થઈ જાશે...

.

પુરુષ સમોવડી થઇ છે મહિલા આજ
જાણીને હૃદય થાય છે ગદ્દગદ્દ આજ...

.

અનેક સ્વરૂપ છે તમારા માં, બહેન પત્ની વગેરે વગેરે
શિખરો સર કરો છો તમે, નવા નવા ધીરે ધીરે...

.

રિવાજો દીકરી દૂધ પીતી કે લાજ કાઢવાના ગયા હવે
પુરુષ પણ હવે તમને સમજે છે, એ અંધશ્રદ્ધાઓ ગઈ હવે...

40. (ઇમોજી)

આ ઇમોજી ની દુનિયા છે જી
મોકલો છો મને કેમ ઇમોજી

.

શબ્દ થી જ ગમશે મને વાત કરવાનું
તમે ઇમોજી નું આ છોડો નાટક રમવાનું

.

એક વાર તો જુઓ ગૂગલ પર એના વિશેની કહાની
ઇમોજી ના તમારા વિચાર કરતા હશે ત્યાં અલગ જ કહાની

.

..ના ઇમોજી મોકલી તમે થાવ રાજી
અહીં દિલ માં હલચલ થાય તાજી

.

આમ ઇમોજી મોકલીને ના કરો હેરાન
આમેય છે ચિરાગ ઘણા દિવસથી પરેશાન

41. (રંગ)

લે હવે ફરી આજ ગાલ આપું છું
લગાવી દે પ્રેમના રંગ એ હું ચાહું છું...

.

રંગ ની મને, નથી દોસ્ત ખ્વાઇસ
બસ એ બહાને નજદીક તો તું આવીશ...

.

સ્પર્શ નો એ જાદુ રહશે હરઘડી યાદ
રુવાંટી પણ સલામ મારતી હતી આજ...

.

પાણી થી તો ખાલી શરીર ભીંજાય
પણ રંગ થી તો લાગણી છે બંધાય...

.

આવને સખી હવે રોજ રમીએ હોળી
ચિરાગ ક્યાં આવશે ફરી કરવા આ ધુળેટી...

42. (સફેદ વાળ)

વાત કરી લઉં, કહાની સફેદ વાળ ની છે અહીં આજ
કાળાવાળ ની બાદબાકી કરવામાં મારો નમ્બર ખાસ

.

પહેલા હું તમારા માથાની કલમ ની ઓર કરું છું પ્રયાણ
પછી ધીરે ધીરે વરખ ચઢાવું છું આખા માથામાં ખેંચીને તાણ

.

ખબર છે મને તમે મને રોકવા લગાવશો કવચ રંગનો
પણ સાચે થોડોક સમય રહેશે એ વાળ પર ઢંગનો

.

તમને હું અહેસાસ કરાવીશ કે હવે વધે છે તમારી ઉંમર
આજે નહિ તો કાલે સ્વીકારવું તો પડશે જ કાફીર

.

ધોળા અને કાળા રંગનો ફરક બનાવ્યો જે તમે
અછૂત ની જેમ કાઢો મને બહાર હંમેશા તમે

.

તમને નહિ ગમે એમાં મારો શું વાંક, કુદરતની છે આ તો
કમાલ
ચિરાગ ને પણ નથી છોડવાનો, તો તમારી શું છે હવે
વિશાત

43. (થાકી ગયો છું)

આજ ફરી થાકી ગયો છું, પણ હારી નથી ગયો હજુ
ચાલ દોસ્ત આ રોજ ની ભાગદોડ થી દૂર જઈએ હજુ

.

ક્યાંક જો નીરવ શાંતી મળે, તો હવે જવું છે ત્યાં
વૃક્ષો,નદીઓ,પર્વતોમાંથી મળશે શાંતિ જ્યાં ?

.

થયા છે હવે પ્રદુષિત અહીં હવા-પાણી
ચાલને ચાંદ કે મંગળ પર જઈએ સ્પેસને તાણી

.

ચિરાગ ઝંખે છે દિલથી એ કિનારો
જ્યાં મળે એકદમ શાંતિ નો સહારો

44. (તું અને હું)

કલ્પનાઓના સાગર માં ડૂબકી લગાવી
મળ્યા આપણે એટલે કે......તું અને હું...

.

પરવાનગી મળી ખુદા ની તો જ,
છીએ.......... તું અને હું...

.

બસ તું અને હું સફર માં છે તેવું જ છે રહેવું
લાગણીઓ અને પ્રેમમાં જ બસ છે હવે ભટકવું...

.

એકબીજાને હજુ છે વધારે નજદીક લાવવા
હૃદયના ધ્વાર ખોલ્યા છે તે અને મેં સમજવા...

.

તારા હાથમાં હાથ નાખીને ફરવું છે ચમનમાં
પ્રેમના રંગમાં રંગાવું છે, તારે ને મારે આ ભવમાં...

.

ગાવું છે ફરી તારી સાથે એ જ ગીત
યે દિલ તુમ બીન કહી લગતા નહીં હમ ક્યા કરે...

.

બીમાર તું થાય તો, દર્દ મને થાય (Touchwood)
ગોઠવી આપે ખુદા એવી અરજ પણ થાય...

.

દવા હું પીવું અને અસર તને થાય

એવી પણ પ્રાર્થના કરી લઉ એવું થાય...

.

તું રડે તો હું તને હસાવુ, હું રુઠું તો તું મને મનાવે
ચિરાગ કલ્પનાઓના સાગર રોજ મનમાં સજાવે...

45. (કવિતા ની કવિતા)

ગઈકાલે "વિશ્વ કવિતા" દિવસ હતો
આજે હું ઉજવું છું કવિતા રૂપે...

.

કવિતા જ મારું જીવન છે, કહું તો નવાઈ નહીં
અરે, આ કોઈ સ્ત્રી નહીં, મારી લખાણની છે દુહાઈ...

.

કવિતામાં જ છુપાયેલ છે, મારા હ્રદયની વાતો
આવને દોસ્ત તને પણ, કહી દઉં સઘળી વાતો...

.

લખું છું રોજ કવિતા બસ, એનાથી મળે સુકુન દિલમાં
હું નહીં હોય, ત્યારે આ કવિતા જ રહેશે સજીવ વલસાડીમાં...

.

મારી કવિતા ને ક્યાં જોઈએ છે બહુ લાઈક
બસ વાંચો તમે એ જ છે મારી લાઈફ...

.

કવિની કવિતા ને કોઈ નહીં કરી શકે, સાચે નાપાસ
ચિરાગ પણ લખશે કલ્પનાની કવિતા, અને રોજ થશે
પાસ...

46. (જળ સજીવ છે)

હા જ તો જુઓને આ ખળખળતી વહેતી નદીઓ
અને આ સાગર મોજાંનો આવાજ
એજ તો સંકેત આપે છે એના સજીવ હોવાનો...

.

પાણી જ છે આખો દિવસ આસપાસ હોય છે
સવારથી ઉઠો ત્યાંથી માંડીને રાત્રીના અંધકારમાં પણ પાણી
તો જોઈએ જ...

.

જેમ જળ વહે એમ તારો પ્રેમ વહે
લાગણીઓની આ પરંપરા આમ જ રહે...

.

રાત અને દિવસ રંજીશ હોય કે તું સાથ રહે
ખ્વાઇશો ના પોટલાં ને અંજામ આપવા છે હવે...

47. (હાય હાય આ મોંઘવારી)

રોજ બરોજ ની વસ્તુ ના છે ઉછળ્યા ભાવ
કેમ કરીને બે છેડા કરું ભેગા, ગગડયા અમે સાવ...

.

પક્ષ ઘણા બદલાય પણ, ભાવ માટે ના શરમાયા
કેવી રીતે જીવવું આ મોંઘવારીમાં, હવે તો શરીર પણ
કરમાયા...

.

ગેસ, ખાતર, ડીઝલ બહુ મોંઘા, શાકભાજી ક્યાંથી વાવું
બધાય ના ભાવ આસમાને, રૂપિયા એટલા ક્યાંથી લાવું...

.

સરકારે હવે વિચારવું રહ્યું કે રોજે રોજ ની જે માંગ
એના પર લાવે સંસદ માં ખરડો, નહીંતર લોકો થશે રાંક...

48. (ચાલ...)

કદમ કદમ પર બદલાય, લોકોની અહીં ચાલ
આમ ને આમ તો, અમારા પણ થશે બેહાલ...

.

કોઈ ચાલે ઊંટની ચાલ,કોઈ ઘોડાની ચાલ
અહીં બધા રમે ચેસ ની જેમ, દુશ્મનની ચાલ...

.

ચેકમેટ આપવા માટે અહીં ગોઠવાય છે, શતરંજ નો ખેલ
જૂઠ અને સાચા ની પરખ નહીં થાય એવો છે, બદનામ આ
ખેલ...

.

પ્યાદાઓને (સૈનિક) અહીં કોઈ, ભાવ જ ક્યાં પૂછે
જ્યારે એ બને વજીર,ત્યારે જ એને પૂજે...

.

કાળા અને સફેદ માથાના માનવીની,આ રમતોમાં
ચિરાગ પણ ફસાયો છે, સાચે આ સ્વાર્થ ની દુનિયામાં...

49. (સુવિચાર)

અહીં સવારથી રાત સુવિચાર ની મૌસમ ચાલે છે
કોઈ વાંચ્યા વગર, મોકલ્યા કરે એવી રસમ ચાલે છે...

.

ના ગમે તો પણ ગુડ મોર્નિંગ ના બ્રોડકાસ્ટ છે મોકલાય
કેટલા મેસેજ ડીલીટ કરીયે એની થાય છે રોજ પણોજણ...

.

વિડિઓ પણ એટલા જ ફોર્વડ થાય છે અહીં
જે બીજા ગ્રુપ માંથી પણ જાય અહીં ને તહીં...

.

કાશ કોઈ વાંચીને સુવિચારને સમજતા ને અનુભવતા
પણ અહીં તો દેખાદેખીમાં ચિરાગને પણ ફોરવડ કરાતા...

50. (શુધ્ધતા)

ક્યાંક તેલ માં છે ભેળસેળ તો ક્યાંક પ્લાસ્ટિક ના ચોખા
હદ કરી તમે હવે, રહો અમારાથી ....નોખા

.

ભાવ તો લે છે દરેક ચીજ ના બધા બમણા
તો પછી કેમ ના અસલ, આપો તમે હમણાં

.

થોડોક તો શરમ કરો હવે, કોરોના થી કંઈક તો શીખો
બંધ કરો, આ કલિયુગ નો જમાનો તમને કરશે સીધો

.

શુધ્ધતાનો આ ખોટો માકો, એક દિવસ કરશે પાયમાલ
ચિરાગ ને સળગાવવા પણ બનાવટી ઘી નો તમારો માલ

.

હા શુધ્ધતા શોધવા નીકળ્યો હું પણ ના મળી

51. {મારી વાત માન....}

મારી પણ એક વાત માન ને હવે, કાતિલ
કોઈક વાર તો દુઃખમાં થવા દે મને, શામિલ

.

મારો પણ સાથ આપને, કોઇક વાર
થઈ જઈશ હું પણ, તારો હંમેશા કરજદાર

.

દુઃખ ના ડુંગરો તો બધે જ છે, રહેમ કરે ખુદા
ચિરાગ પણ હવે કહેશે,જો હુકમ મેરે આકા

52. (સુરજ)

સુરજ ને કહી દો કે થોડો ઠંડો પડે
તો, બહાર ની મજા લઇ લઈએ...

.

દરિયા ને કહો કે થોડો ઓછો ઉછળે
તો, ડૂબવાની સજા ના મળે...

.

રાત ને કહો કે થોડી ધીમે ચાલે
તો, એકાંત નો શ્વાસ લઇ લઈએ...

.

વૃક્ષ ને કહો કે થોડી ડાળીઓ ઝુકાવી દે હવે
તો, છાંયડાની શીતળ હવા ને માણીયે...

.

અને ચિરાગ ને કહી દો કે થોડો જમીન પર રહે
તો, ઉજાસની લોકો ને આદત ના પડે...

53. (તાળી)

લોકો અહીં તાળી વગાડે છે, પ્રસંશા કરવા
કોઈ તાળી વગાડે છે, પશુને ભગાડવા

.

કોઈ રાજા-મહારાજા ની જેમ,વગાડે તાળી
જાણે બોલાવવાના હોય નોકર ને વળી

.

તાળી વગાડે અહીં લોકો,રૂપિયા ની કરવા લ્હાણી
બીજુ કઈ નહિ, મજબૂરી હોય છે એમની કહાણી

.

સ્વસ્થ રહેવા પણ, અહીં પાડે છે લોકો તાળી
પણ, ચિરાગને બધા, આપી જાય છે હાથતાળી .....

54. (અન્નપૂર્ણા , માં અન્નપૂર્ણા પૂજા)

એવું કહેવાય છે કે અન્નપૂર્ણા માં ની છબી જો રસોડામાં હોય
તો અનાજનો ભંડાર ખૂટે નહિ.
આવો એમના આ પૂજાના દિવસે સઁકલ્પ લઈએ કે,

.

સંકલ્પ લઈએ કે અનાજ નો બગાડ ના કરીયે
જેટલું ખવાશે, તેટલું જ થાળીમાં અનાજ લઈએ...

.

માં અન્નપૂર્ણા નું કરીયે સ્વાગત રોજ
અનાજ ખૂટે નહિ એવી કરીયે અરજ...

.

લોકોને મળતું નથી ક્યારેક અનાજ
શા માટે ફેંકીયે , આ મોંઘુ અનાજ...

.

ખેડૂતની તનતોડ મહેનતથી બને છે અન્ન
ચિરાગ ની જેમ રાખો તમારું મન પ્રશન્ન...

55. (ક્યાં છૂપું હું)

આદત બની ગઈ છે, હવે તમારી
ક્યાં છૂપું હવે એ,બતાવી દે યારી...

.

મોબાઇલ ની દુનિયામાં જકડાઈ ગયો હું
નિકાળ હવે આ દલદલ માંથી બહાર તું...

.

ચારે બાજુ થી બધા ખેંચે છે અહીં રોજ
ઇન્સ્ટા, FB , Koo ,Quhu ની જ ખોજ...

.

ક્યાં ગયા એ દિવસો, પરિવાર સાથે કરતાં હતા જે વાતો
ચિરાગ પણ બદલાઈ ગયો આજ, જમાના ની સાથે કાંતો...

.

ક્યાં છૂપું હું હવે કોઈ બતાવી દે.....

56. (લખ્યાં કર તું)

આ પર્વતોને મળીને હાલ આવ્યો હું
કહે છે મને, બસ ઊંચું વિચાર તું
આ દરિયાને મળીને, સરળ બન્યો હું
કહે છે મને,બસ સહુનો સમાવેશ કર તું
આ નદીને મળીને, તરસ છીપાવી મેં
કહે છે મને બસ પાછળ જોયાં વગર ચાલ્યા જ કર તું
આ ઝાડ ને મળ્યો હું, ઓક્સીઝન આપ્યો એણે
કહે છે મને બસ મારા નવા મિત્રો આપ તું.
આ રોજનું, લખવાનું વધારે થયું
ચિરાગ બસ નિરંતર લખ્યાં કર તું.

57. પીળા ફુલ (દાહણુ)

પીળા ફૂલો, સજાવે છે આ રસ્તાને
આવકારે છે ઝુકાવી ડાળીઓ બધાને...

.

માંગી લો જે માંગવું હોય એ અહીં
મહાલક્ષ્મી માં કરશે બધી વાત પૂરી અહીં

58. (એમ્બ્યુલન્સ)

એમ્બ્યુલન્સ ની સાયરન વાગે
ને દિલ મારુ હચમચીને જાગે
એ ડ્રાઇવર ને છે મારી સલામ
કે પહોંચાડે દર્દીને ઝડપી અસ્પતાલ...

59. (ગુનેગાર)

માણસ નામે છે અહીં બધા શું ગુનેગાર ?
સંભવ-અસંભવ ની મથામણ છે ગુનેગાર

.

સંસારી સાધુ જ તો છીએ આપણે
પ્રવાહ પલટાય તો પણ ગુનેગાર

.

સર્જન-વિસર્જન, અંત- આરંભ માં જ રહ્યો ગુનેગાર
ભેદ ભરમ માં જડ ચેતન રહ્યો ચિરાગ પણ ગુનેગાર

.

ભ્રમાંડ ની ક્ષિતિજો ને અડી લઈએ આજ
હૃદય ના બધા જ ધ્વાર ખોલી લઈએ આજ

.

ચાલ ને ફરી એકવાર મળી લઈએ આજ
આ સફર ને જીંદા લઈએ આજ

.

સપનાઓના સમન્દર ને સાચા બનાવી લઈએ આજ
ચાલ ને જ્યોત હવે, એક થઈ ને બની જઈએ ચિરાગજ્યોત

60. (હવે ન્યૂઝપેપર વાંચવું ગમતું નથી)

હત્યા થાય છે લોકોની છડેચોક અહીં
ગાંધીના બંદર બની જોયા કરે અહીં
હવે ન્યૂઝપેપર વાંચવું ગમતું નથી ....

.

ક્યાં ગયા છે એ વીર જે રસ્તા પર હતા આવતાં
હવે તો બસ સોશિઅલ મીડિયા પર જ લખતા
હવે ન્યૂઝપેપર વાંચવું ગમતું નથી ....

.

એ રોજ ના દુષ્કર્મ ને બળાત્કારની વાતો
નથી સહન થતી, હવે આ છેલ્લા પાનાની વાતો
હવે ન્યૂઝપેપર વાંચવું ગમતું નથી ....

.

કેવો સમય આવ્યો છે, કે નરાધમો ખુલ્લે આમ ઘૂમે
સુફિયાણી વાતો, હવે તો બાવાઓ પણ કરી ચુકે
હવે ન્યૂઝપેપર વાંચવું ગમતું નથી ....

.

પહેલા તો પકડાતા હતા ચોર કારણ, પોતે આવતાં
હવે ગુપ્ત ઓનલાઇન કરે ચોરી, પોતે નથી દેખાતાં
હવે ન્યૂઝપેપર વાંચવું ગમતું નથી ....

.

આ આપણા સંસ્કાર બદલાયા છે કે શું ?
ચિરાગ તપાસ કરી લે સાચું કે ખોટું તું
હવે ન્યૂઝપેપર વાંચવું ગમતું નથી ....

61. (હૃદય ના ધ્વાર)

હૃદય ના ધ્વારને ખોલજે એકવાર
સ્થાન મને પણ આપજે કોઈકવાર...

વિશાળ છે દુનિયાની આ કયામત
ક્યાંક ભૂલો ના પડું એ જ છે શિકાયત...

62. (નિઃસ્વાર્થ)

શબ્દ જ એવો છે કે ગમે નહીં તમને કે મને
પણ, સાચે જ બનવું છે નિઃસ્વાર્થ આ ભવમાં મને...

.

સ્વાર્થ ક્યાં ક્યાં નથી ? એનો કરો એકવાર સવાલ
અહીં પથ્થર ને પૂજનારાને, સ્વાર્થ માટે મેં જોયા કાલ...

.

પ્રેમ તો એક આત્મીયતા ની વાત છે ફક્ત દોસ્ત
લાગણીઓનું ઘોડાપુર રાખો તો, સ્વાર્થ છૂટશે દોસ્ત ...

.

સંબંધ રાખનારા મળશે અહીં લાખો તમને અને મને
પણ, કેમ છો પૂછનારો મળશે, ચિરાગ જ ફક્ત તમને...

63. (મંજુર છે)

હા મંજુર છે મને તારી એ સાદગી
લાલી ના લિપસ્ટિક એ છટા તારી આગવી

.

હા મંજુર છે મને તારી એ હે ભગવાન કહેવાનું
એ રીતે પણ કરે ભગવાન ને ભજવાનું

.

હા મંજુર છે તારા વ્યસ્ત સમયમાં વાત કરવાનું
એ રીતે તું મારામાં તો છે,

64. (માં નો સ્પર્શ)

માં નો સ્પર્શ ફક્ત, હોય બાળકને જ ખબર
એ હૂંફ બીજે થી ના મળે, એ બધાંને ખબર...

.

રાતોના રાત જાગીને આપે, એ સ્પર્શ બાળકને
એ માં જ કરી શકે, અદભુત કારીગરી સદાયને...

.

માં ના સ્પર્શ થી જ તો, બાળક મલકાય
એ ચુમીને કરે તો બાળકના, ગાલ પણ હરખાય...

.

માં નો ખોળો જ એવો કે, રડતું બાળક પણ ચૂપ થાય
માં નો સ્પર્શ ઊંઘ લાવવામાં પણ, મદદરૂપ થાય..

.

સાચી જ કહેવત છે કે માં તે માં બીજા વગડાના વા
ચિરાગ ને પણ યાદ આવી, આજ એમની માં...

65. (લાગણી નો સ્પર્શ)

સ્પર્શ તમારો, આજે પણ છે યાદ
એ દિવસ કંઈક હતો મારા માટે ખાસ...

.

આંખમાં આંખ નહોતી મિલાવી તમે
એટલે સ્પર્શ કરવાની ફરજ પડી મને...

.

એ મિરેકલ સ્પર્શ નો જાદુ
તમારા ગયા પછી પણ હતો મોજુદ...

.

એ સ્પર્શ ની આદત પડી ગઈ હવે
એ તમે રુહ માં સમાઈ ગઈ હવે...

.

રૂપાળા તમારા સ્પર્શ થી, આ ઉનાળો
પણ હવે શિયાળો લાગે મને...

.

એ સ્વપ્ન હતું કે હકીકત, જ્યોત
ચિરાગ પણ પાછો શોધે છે એ સ્પર્શ...

66. (સ - અક્ષર ની મજા)

તું મારો અહેસા(સ)
હું તારો દા(સ)
તું મારો ખા(સ)
તું છે હંમેશા જક્કા(સ)
વારેઘડીયે થતો ભા(સ)
એમાં તો છે મજાનો અહેસા(સ)
રાત દિવસ તારી જ યાદ બ(સ)
એ જ તો છે આ પરીક્ષાનો વ્યા(સ)
કેમ કરું હવે આ પરીક્ષા પા(સ)
આવી જાવ થઈ જઈએ બનીને ચિરાગ નો ઉજા(સ)....

67. (સ્પર્શ - ભાઈ બહેન નો)

એ સ્પર્શ હતો ત્યારે,જ્યારે તું દોડીને,
આવીને મને માથામાં ટપલી મારતો...

.

એ સ્પર્શ હતો કે તું મને મારા વાળ નો ચોટલો ખેંચતો,
અને માં ને જઈને ઉલટો ફરિયાદ કરતો...

.

એ રાખડી બંધાવતી વખતે, હાથ હલાવીને,
નટખટ બનીને મને હેરાન કરતો તારો સ્પર્શ...

.

એ નોટબુક ચોરીને, મને હેરાન કરવું તારું
એ સાસરીમાં બહુ યાદ આવે ભાઈ નામ તારું...

.

એ તકિયા ઓ છુટ્ટા મારીને આપણું, ભાગમભાગ
કરીને રમવું એ સ્પર્શ આવે યાદ આવે આજ...

.

એ મારી સાયકલ લઈને તારું ભાગી જવું
અને મને ટ્યુશન કલાસ માં મોડું જવું...

.

ભાઈ બહેન નો આ સ્પર્શનો પણ અલગ અંદાજ છે અહીં
બાકી અહીં સાસરે ગયા પછી ભૂલે બહેન તને પણ ચિરાગ...

68. (તું જ કારણ છે)

મારા હૃદયના ધબકાર વધવાનું તું જ કારણ છે
મારી આંખો બંધ કરીને તને અહેસાસ કરવાનું તું જ કારણ છે
મારા રૂવાંડા ઉભા કરીને, એક જાદુઈ સ્પર્શ નું તું જ કારણ છે
તારી જ સંગત અને તારી જ સોબત એનું તું જ કારણ છે
તારા આગમન અને તારી વાતો સાંભળવાની એનું તું જ કારણ છે
મારા અને તારા સંબંધ નું તું જ કારણ છે.

69. (ગુસ્સો આવે છે)

જ્યારે સાઈડ લાઇટ બતાવ્યા વગર ભાગે છે વાહનો
જયારે કચરાપેટીમાં નહીં પણ, રસ્તા વચ્ચે નાંખે છે કચરો
જયારે પાછળથી કોઈ જોરથી હોર્ન મારે અને કાન ફાડી નાખે
જ્યારે વધારે કામ કરાવીને, ઓછા કલાકોના રૂપિયા આપે
જ્યારે કોઈ નાના માણસો ને અપશબ્દો બોલે
જ્યારે કોઈ જૂઠું બોલીને સાચું સાબિત કરવાનો પ્રયત્ન કરે
જ્યારે ઊંઘવાના સમયે જોરથી DJ વાગે અને બારીના કાચ
પણ હલે
જ્યારે વોશ રૂમમાં કોઈ ફ્લશ નહીં કરે
જ્યારે અરજન્ટ ના હોય છતાંય ફોન પર ફોન વગાડ્યા કરે
જયારે કામ વગરનાં ફોરવડેડ મેસેજ મોકલ્યાં કરે
જયારે કોઈ લાંચ માંગે અને ખોટો રૂઆબ બતાવે
જ્યારે કોઈ જાણી જોઈને અવોઇડ કરે
જયારે કોઈ મેસેજ વાંચીને પણ જવાબ ના આપે....

70. (એલજી)

આ એલજી મારશે મને કોઈ દિવસ
પકડી ના શકે આ દર્દ કોઈ માણસ...

.

કાંઈ પણ ખાવામાં આવે છે જયારે
બસ લાલ પટ્ટા પડી જાય છે ગમે ત્યારે...

.

કુદરત શું મને મારા પાપોની આપે છે સજા
આ એલજીની કોઈ તો કરી આપો દવા...

.

સહન કરવાની કોઈ શક્તિ પણ આપી દો
મારે પણ રહેવું છે પહેલું સુખ તે જાતે નર્યા...

.

હજુ તો જીવવું છે ચિરાગ ને સપનાઓ પુરા કરવા
કહી દો યમરાજ ને કોઈ, નહિ આવે આત્મા મરવા...

71. કેમ છો ? મજામાં ?

અમે જ લાગણીશીલ છીએ કે તમને પૂછીએ કેમ છો ?
તમારી પાસે ક્યાં છે ફુરસત કે અમને પૂછશો કેમ છો ?

.

આ બોલીને પણ શું કામનો શબ્દ કેમ છો ?
કારણ જો હું ના હોય મજામાં તો શું ?

.

મજામાં રહેવાનું ગમે જયારે તમે હોવ મજામાં
અહીં રોજ સુવિચારો વાંચીને ના હોય તોય મજામાં...

.

ચાલ ચિરાગ સાથે તું પણ, ક્યાંક ખોવાઈ જા દોસ્ત
રહીયે મજામાં હરદમ, એવી જગ્યા મળશે એક વખત...

72. (શાની છે લડાઈ ?)

આ આ અને ભા લડે છે સરેઆમ
શું શીખવાડવાના નવી પેઢીને કામ

.

આ ખુરશી માટે ની લડાઈ
ક્યારે બહાર આવશે સચ્ચાઈ

.

જૂની પેઢીમાંથી કેમ કાંઈ ના શીખ્યા ?
બસ શોધે ક્યાં મળશે, નિત-નવા ફાયદા

.

એટલી તો દયા ખાવી જોઈએ આ દાતાઓની
એમના થકી તો છે આ ખુરશીઓ તમારી

.

શું લાવ્યા અને શું લઇ જવાના
અહીં થોડી, છે બધું ભોગવવાના

.

ચાલ ભાઈ હવે છોડ આપવાના મતો
તારા માટે તો બેસ્ટ છે નોટા નો રસ્તો

73. (શક)

આ બેબુનિયાદ શક કરવાની અમને આદત છે પડી
એ શક નહિ પણ એ મારી ચાહત ની નિશાની છે બેઘડી...

.

હશે તમારા મિત્રો અનેક અને શ્રેષ્ટ
મારુ નામ ક્યાંક હશે એમાં બેસ્ટ..

74. (હું મને પ્રેમ કરું)

હું મારી જાત ને પ્રેમ કરું એમા ખોટું છે શું
મારા હૃદય ને માન આપું એમાં ખોટું છે શું?
મારા શરીર ને પ્રેમ કરીશ તો જ ખુશ રહેશે મારી જાત
બાકી અહીં કોને પડી છે, સ્વાર્થ ના પૂજારીઓની અહીં
લાઈન લાગી છે શું?
અહીં સમય પણ ક્યાં છે લોકો પાસે કે કોઈ પૂછે ખબર
અંતર
અહીં રોજ કામ ના બહાને કાઢે છે બસ મારી ખબર...
આ દુનિયા ને ઓળખી ગયો છું હું શું
હવે કોઈ એમ પણ પૂછે ખબર તો શક નું નિશાન બને છે
શું?

75. (તમારા વિકલ્પ)

આ BMW સારી કે વેગન આર
બંને માં હોય છે તો એક જ રફ્તાર...

.

અમે અમારા વ્યસ્તતામાં તમને ફાળવીયે સમય
તો પણ વાતો હોય બીજાની, એ છે ક્યાંનો ન્યાય...

.

વિકલ્પ ઘણા છે તમારી પાસે અમને છે ખબર
એમની પાસે નહિ હોય નિઃસ્વાર્થ શબ્દ એ છે ખબર ?

.

હતા વિકલ્પ આટલા બધા તો અમને જગા આપી કેમ
જવા દો હવે શું ? ભગવાન પણ હસતા હશે જાણીને એમ...

76. (જન્મદિવસ)

જન્મદિવસ છે આજે તારો
શુભેચ્છા પાઠવવાનો હક છે મારો...

.

જ્યોત્સના નો મતલબ થાય ચાંદની
પણ તું તો છે મારી રાગીની...

.

JCIA's કિચનની છે તું માલિક
અમને ખવડાવે છે તું આહ્લાદક...

.

સવાર ને સાંજ બસ કામ ને કામ
તું ક્યાં છે વિચારે કરવાનો આરામ...

.

તારા માટે છે સોનુ-ચીકુ જ બેસ્ટ
ચિરાગ તરફથી શુભકામના છે શ્રેષ્ઠ...

77. (સપનું ?)

સપનું જે હંમેશા હતું આંખોમાં રમતું
ક્યારે પૂરું થશે એજ હંમેશા વિચારતું

.

પૂરું થાય તો પણ આવે ફરી નવું સપનું
એ જ તો તકલીફ છે મન ને સમજાવવાનું

.

હવે તમે જ કહો ચિરાગને
જોવું જોઈએ કે નહિ સપનું ?

78. (નદી કિનારે - પ્રતિબિંબ)

અમે એમ જ બેઠા હતા નદી કિનારે
તમારું પ્રતિબિંબ પડ્યું પાણીના કિનારે...

.

બસ, પ્રતિબિંબ માં જ અમે થયા ઘાયલ
પાછળ જોયા વગર જ ખોયું દિલ પાગલ...

.

કોણ છો, ક્યાંથી છો એનું તો ક્યાં હતું ભાન
મસ્ત-મગન થઈને, સ્વીકાર્યું હતું બધું જ આમ...

.

પ્રતીક્ષા હવે નથી કરવાની તમારી નદી કિનારે
તમે જે મળ્યા છો, હવે તો રહીશું ચિરાગ ના અજવાળે...

79. (તો પણ)

નથી જાગવું તો પણ,જાગવું પડે છે સપના જે આવે તારા
નથી દેખાતું કોઈ તો પણ,બંધ આંખે દેખાય છે એ મારા...

.

નથી ધડકતું હૃદય તો પણ,ધડકન ચુકી જવાની બીક છે .....
નથી સંગીત વાગતું તો પણ, કાનમાં આવીને કહે છે હું છું
ફીદા...

.

નથી શ્વાસ માં કોઈ ગણિત તો પણ, ગણીને યાદ આવે છે તું
સદા
નથી ચિરાગ માં હવે દિવેટ તો પણ, છે સળગાવવી જ્યોત
જરા...

૪૦. (દુઃખી સુરજ)

મારા માં આગ છે,
એની જ બસ તમને ફરિયાદ છે...

.

હું ક્યાં કહું છું મારી સામે જુઓ
સનસ્ક્રીન લગાવો પછી તમે જુઓ...

.

છત્રી અને હાથના ગ્લોઝ પણ હશે
હવે મને ના લાવશો વચ્ચે અમસ્તે...

.

વૃક્ષ તો ઉગાડતા નથી તમે કોઈ
બસ મારો જ વાંક કાઢો મને જોઈ...

.

મારી પણ જરૂર છે દોસ્તો
નહીંતર વાઇરસ ને કોણ મારશે...

.

આ ધાન ઉગાડવા માં હું જ તો કરું મદદ
ખાવ છો અને બગાડો છો ધાન તમે સતત...

.

દુઃખ થાય છે જે મારાથી છે બધા ડરે
રોશની આપવામાં હવે ચિરાગ પણ ડરે...

81. (ક્યારે ટહુકશે કોયલ રાણી)

ગરમીથી ત્રાહિમામ થયા હવે આવો કોયલ રાણી ટહુકો તો જરા
એંધાણ આપો હવે કે વર્ષા ઋતુ નજીકમાં જ છે જરા...

.

સવારે મીઠી નીંદર માં સાંભળવો ગમે ટહુકતો અવાજ જરા
ભલે ઊંઘમાં પડે ખલેલ મીઠો જ લાગે અવાજ જરા...

.

ઘનઘોર ઘટાદાર વૃક્ષ માં છુપાયા છો તમે કોયલ રાણી,
પણ શોધી ના શકીયે તમને જરા...

.

બસ, કોયલ રાણી તમારા કર્ણપ્રિય ટહુકા ની
રાહ જોતો બેઠો ચિરાગ બાલ્કનીમાં જરા...

૪૨. (બિંદી)

સૌભાગ્ય નું નિશાન છે આ બિંદી
તો પણ નથી કરતાં આજકાલ કોઈ બિંદી...

.

લાલ કુમકુમ થી સજાવતાં કપાળ પહેલા,
હવે તો સ્ટીકરનો છે જમાનો...

.

આ સ્ટીકર ભટકતું રહે ક્યારેક,
મારા પગમાં આવે અને કહે ઉપાડો મને હવે...

.

અરીસા પર આ બિંદી સ્ટીકર એવા ચોંટાડે
કે જાણે ફરી મળવાની ના હોય બિંદી...

.

નિતનવી ડિઝાઇન અને આકાર ની આ બિંદી,
સાવ સસ્તાં માં મળે આ બિંદી...

.

ચિરાગ તો તારા માટે ગાઈ બસ એ જ ગીત
તેરી બિંદીયા રે.....હાય હાય તેરી બિંદીયા...

૪૩. (આ ઝરણું)

પહાડ ફાડીને નીકળ્યું આ ઝરણું મારુ
રુમઝુમ કરતું ઉછળતું કુદતું, મસ્તી કરતું ઝરણું મારુ
વરસાદની આ ઋતુમાં તારું રૂપ ફેલાય નદીમાં ફરતું ઝરણું મારુ
મંજિલ તારી અલગ અલગ, સરોવર, નદી કે સાગર રમતું ઝરણું મારુ
નયનરમ્ય અને સેલ્ફી જ લઈએ તારી સાથે એવું હસતું ઝરણું મારુ
ચિરાગ ને પણ છે પલડવું ઠંડા ઝરણાં નીચે, સુંદર મજાનું બસ ઝરણું મારુ...

84. {અહીં થી તહીં}

હું ભટકતો રહ્યો
ક્યારેક, જામનગર કે
વલસાડ વસવાટ કરતો રહ્યો
અહીં થી તહીં...

.

કંઈક સુખ-પ્રાપ્તિ માટે
સામાન ના બચકા
ખસેડતો રહ્યો
અહીં થી તહીં....

.

વધુ પ્રગતિ અને મારી
આવડતને હજુ વધારે નિખારવામાં બસ
સતત દોડતો રહ્યો
અહીં થી તહીં....

.

પરિવાર ને ખુશીઓનો અને
ઉત્તમ સગવડ આપવા
રહેઠાણ બદલતો રહ્યો
અહીં થી તહીં....

.

માસૂમ લોકો ઉદગારતા
રહ્યા અરે હમણાં તો

ચિરાગ પરમાર

અહી હતા પાછા
ક્યાં ગયા બસ
અહીં થી તહીં ?

.

પત્ની અને બાળકો પણ
ટેવાઈ ગયા આ
ચિરાગની સફળતામાં
સરેઆમ છવાઈ ગયા
અહીં થી તહીં....

૮5. (મારે પણ જીવવું છે)

ક્યાં સુધી આમ સઁકોચાયને મરું
આનંદ પણ ક્ષણભર તો કરું ?

.

આમ ક્યાં સમય મળવાનો મને
રજાનો અડધો દિવસ તો જાય છે ફોનમાં

.

સફળતાની ભાગદોડમાં મારુ છે ક્યાં અસ્તિત્વ
આજ થોડુંક તો નાચી લઉં ને હસી લઉં

.

કૃષ્ણ ના બોલવચન માં શોધું ક્યાંક મારા માટેના વાંક્યો
પણ નથી જડતાં કે લખાયાં મારા માટે કોઈ વાક્યો ????

.

આ જિંદગી ને સમજવી સાચે જ અઘરી
રોજ સુખ મળે નહીં એટલે તો શોધાયુ દુઃખ .....

86. (શું ફર્ક છે ?)

ઉમર છે ૪૦ ની તો શો ફર્ક છે
બીમારી નથી એ જ તો ગર્વ છે...

.

૨૧ના ઉંમરવાળા સાથે જેટલું ભાગું - દોડું
એ જ તો તંદુરસ્તી નું નિશાન છે થોડું...

.

લખી શકું છું મારા વિચારો આ FB દીવાલ પર
ક્યારેક તો વાંચી શકીશ ઉંમરના પડાવ પર...

87. (ફિલ્ટર)

અહીં બધું જ થાય છે ફિલ્ટર
સબંધો પણ તોલાય જાય ફિલ્ટર...

.

અહીં ચહેરા રોજ ફિલ્ટર થાય
કોણ સાચું એ જાહેર ના થાય...

.

અહીં તસ્વીરને જોઈને પ્રેમ કરનારા લાખો જોયા છે
પણ હકીકતમાં જોઈને પ્રેમ કરનારા ઓછા જોયા છે...

.

અહીં રોજ કિડયારુંનું જેમ છે ફોટા ઉમેરાય
ભૂલી જવાય ચિરાગથી પણ કોને સામેલ કરાય...

૪૪. (બસ એમ જ રોજ)

અમે ત્યાં ના ત્યાં જ રહી ગયા
કે અમને એ કાંઈ કહી ના શક્યા..

.

અમને એ હક જ ના મળ્યો
કે દિલ ની વાત નો એમનો મોકો ના મળ્યો ?

.

અમે નાદાન કે હાવભાવ પર ગયા
ક્યાં ખબર હજુ કે તમે દૂર ગયા ?

.

ચહેરો બધી કહી દે છે તમારો રોજ
છતાંય છુપાવીને દુઃખી કરો રોજ

.

લખવાનું છોડી દીધું છે પણ લખાય જાય છે
કારણ માત્ર તમારા સાથે જ આ છેડાય જાય છે...

૪૭. (હાજર)

તારા તીખા અવાજ થી મને એસીડીટી થશે
પણ ચાલશે તને હક છે, એ આપણો પ્રેમ છે...

.

તારા જ નામ ની માળા માં અટવાયો હું
દિવસ તો જાય, રાત પણ જાય, પણ તું ના જાય...

.

વિચારોમાં એટલી તું હાજર હોય છે Jyot
કે વિચારો બંધ કરવાની દવા લેવી પડે રોજ...

.

આમ તો પ્રેમ થવો એ ફિલ્મો માં જ સાંભળેલું
પણ તું મળી પછી પ્રેમ જ પ્રેમ છે એ સાચું સાંભળેલું...

૧૦. (ઇન્સ્ટા એપિસોડ)

મારી લાગણીઓ સાથે કેમ રમતા હશે ?
હું સારો બનું એનો ગેરલાભ કેમ લેતા હશે ?

.

શું એમને કોઈનો ડર નહીં લાગતો હોય ?
કે ભગવાન પણ હવે ડરી ગયા...

.

આ માનવીના પ્રપંચથી કે શું ?
સવાલો દબાયેલા અચાનક પુછાય ગયા

.

તો દાવાનળ પ્રગટ થઇ ગયો હશે કે શું ?
મારી પર આ કાદવ ઉછળતા પહેલા દોસ્ત

.

એક વાર તો વિચાર કરવો હતો કે ચિરાગ કોણ છે ?

91. (હાસ્યપ્રદ)

રોજ હું દોડું છું આ લઈને ભાર નો થેલો
ખબર નહીં શું શીખવા માંગુ છું હું લઈને જોલો...

.

સવારે ભાગમભાગ કરતાં કરું હું નાસ્તો
બુટ પહેરતાં પહેરતાં ભાગુ હું સ્કૂલે અમસ્તો...

.

સવારથી સાંજ બસ સ્કૂલનું રટણ
પછી કહે હવે ટ્યુશન માં જઈને ટળ...

.

બધું જ હવે શિખાવડી દેશે આ લોકો
કહે હવે તરવાનું અને કરાટેનો લે મોકો...

.

અત્યારથી જ થયું મારુ યાંત્રિક જીવન
ક્યારે વેકેશન આવશે, ને હું આઝાદ જીવીશ જીવન...

92. (નિઃસ્વાર્થ પ્રેમ)

એ તારા માથા પર મેં હાથ ફેરવ્યો એટલો કે
કદાચ, તને કોઈએ પણ નહિ ફેરવ્યો હોય એટલો.

.

એ તારું આંખો બંધ કરીને નિંદરમાં જવું
અને મારુ સતત તારા વાળ ને પંપાળવું.

.

આમ તને ક્યાં આવતી હતી નીંદર
મારા હાથ ફેરવાથી આવી તને નીંદર.

.

એ જાદુ હતો મારા સ્પર્શનો કે મારો નિઃસ્વાર્થ પ્રેમ
બસ આમ જ નિસ્વાર્થ મારો રહે અમર પ્રેમ.

૧૩. (જી)વતા રહીયે)

બસ આમ જ મળતા રહીયે
એકબીજાના આંસુ લૂછતાં રહીયે...

.

બસ આમ જ લાગણીઓ વરસાવતા રહીયે
એકબીજા ને સમજતા અને નીરખતા રહીયે...

.

બસ આમ જ કવિતાઓ લખતા રહીયે
એકબીજાને બસ મોકલતા રહીયે...

94. (વરસાદી મૌસમમાં)

ક્યાં જઉં આ વરસાદી મૌસમમાં
પલળી જઉં આ ઝરમર વરસાદમાં...

.

સાથ આપજે તું પલળવા આ ઋતુમાં
છત્રી ના લાવતી, જશે ઉડી એ હવામાં...

.

કાજલ ના લગાવતી તારી આંખમાં
અમસ્તા ડાઘા પડશે, ખુબસુરત ચહેરામાં...

.

ભજિયા ને ચા ની ચૂસકી જોઈએ હવે સાંજમાં
વરસાદની ઋતુમાં પણ ચિરાગ રહેશે અખંડ જ્યોતમાં...

૧5. (વરસાદી ખાડા)

આ ખાડા એ કર્યા કમરના બેહાલ
એક ખાડા થી બચું તો બીજો કરે સવાલ...

.

આંતરડા એ પાડી જોરથી ચીસ
સારા રસ્તાને એ કરે રોજ મીસ...

.

વરસાદ આવ્યો છે, ખૂબ મજાનો
પણ લાવ્યો સાથે , કમરતોડની સજાનો...

.

એક ફાયફો થયો,મને આ ખાડાથી
પત્ની ખસીને આવી,નજદીક આરામથી...

.

ખાડાએ શિખવાડ્યું કંઈક નવું આજ
જિંદગીમાં પણ આવશે, ઉતાર-ચઢાવ રોજ...

૧૬. (ઈબાદત)

હવે કોઈ કહી દો વરસાદ ના માલિકને
કે હવે ફક્ત ગરજે પણ વરસે નહિ...

.

સૂર્ય ને પણ થોડો પ્રેમ કરી લે વરસાદ
એનું પણ કામ છે, દોસ્ત અહીં ક્યાંક...

.

પાણીમાં થયા છે લોકોના ઘર અને હાલ
તું સમજદાર છે હવે ના કરીશ બહુ બેહાલ...

.

ચિરાગ ની અરજ સાંભળી લે ભગવાન
બીજું કોઈ નહિ સાંભળે મારી ઈબાદત...

97. (ભાગી જઈએ)

ચાલ ને ક્યાંક ભાગી જઈએ
આ કામ ધામ છોડીને ક્યાંક જઈએ...

.

એક નવું સ્વપ્ન ને સજાવી લઈએ
એક મીઠી નીંદર આજે માણી લઈએ...

.

ખળખળ કરતી નદી કિનારે જઈએ
જ્યાં નયનરમ્ય કુદરત ને જ નિહાળએ...

.

રોજ રસોઈ બનાવવાનું છોડ તું હવે
લાકડાં લાવીને ચાલ બનાવું હું રસોઈ હવે...

.

શું તારું ને મારુ, ઊંડા શ્વાસ લઈ લઈએ
પછી તો શ્વાસ પણ નહીં લઈ શકીએ...

.

હસી ને થોડીક મસ્તી કરી લઈએ
ડાળ ને હીંચકા બનાવીને ઝૂલી લઈએ....

૧૪. (ક્યાં જાય છે રોકાય)

કોઈના વગર કઈ જ ક્યાં જાય છે રોકાય
વાત સમજવામાં વાર લાગી એ કહેવાય...

.

કોઈના વગર ક્યાં કાંઈ અટકી જાય છે
એટલે જ FB વોલ પર લખવામાં સૂકુંન મળી જાય છે...

.

કવિતાઓ ની જ દુનિયા છે હવે મારી
તમને લાગશે આ ભાઈએ બહુ કરી ભારી...

.

વમળો અને વિચારો કેમ આવતા હશે સતત
એ બંધ કરવાના, ઉપાયો પણ હશે ને ક્યાંક...

.

કોઈના વગર હું પણ ક્યાં અટકી જાવ છું
બદલાવ પણ જરૂરી છે એ સમજી જાવ છું...

૧૧. (ડાંગની લહેર)

ક્ષણો માટે ડાંગી બનીને ખાધી હતી
કાલ મેં પાપડી અને નાગલી ની રોટી...

.

સ્વાદ તો હતો પણ, જમવાનું સ્વસ્થ વધારે હતું
શીરાની મહેફિલ અને ઓસામણ નું શૂપ હતું...

.

ગીરા ધોધે તો નાહવા ના મળ્યું
શૅંકર ધોધે ઈચ્છા પુરી કરવા કહ્યું

.

ઝરમર વરસાદ નું કાર ના કાચ પર સતત પડવું
એ રમણીય અને આહલાદક વાતાવરણ માં રમવું...

.

દોસ્તો એવા મળ્યા સાથે કે ૧૧ કલાક મસ્ત ફર્યા
બાકી હતું કેમ્પ સાઈડ અને સસલાને પણ અડ્યા...

.

બસ આવું જ વિકેન્ડ રહે તો થાઉં હું તરોતાજા
બાકી તો રોજ ક્યાં મળવાની આવી મસ્ત મજા ?

100. (દોસ્તોની મહેફિલ)

મિત્ર, દોસ્ત, સખા, ભાઈબંધ, શું કહું તને યાર
મારા સુખ કરતાં પણ દુઃખમાં બને તું ભાગીદાર...

.

લોહીના સંબંધો એ હોતાં નથી, છતાંય, એના કરતાં પણ
અલગ હોય છે રફતાર...

.

અડધી ચામાં પણ અડધી ચા પીવાની મજા જ કંઈક ઔર
એ જ તો કમાલ આપણી દોસ્તી નો યાર...

.

સ્વાર્થ વગરની આ દોસ્તીનું છે મને પ્રતીક
અડધી રાત્રે પણ મદદ માટે દોડીને આવે એ મારી નજીક...

.

બસ મારા મિત્રો ને ના લાગે કોઈની નજર
બાકી એક કોલ થાય એટલે મારા મિત્રો હાજીર....

101. (શબ્દો)

શબ્દોની જાળમાં હું,લોકો માટે અચાનક અજનબી બની જાઉં
છું
ગળી નથી જતો શબ્દો એ ભૂલમાં,ચિરાગ અપ્રિય બની જાઉં
છું

.

શબ્દોની આ માયાજાળ ની કથની કોને કહું ? ચિરાગ
કાલ ફરી સારા દિવસો આવશે,એ વાત કોને કહું આજ

102. (તું ત્યાં છે)

તું મારી રગેરગમાં સમયેલી છે તું ત્યાં છે
તું મારી નસોમાં ચાલતા લોહીમાં છે તું ત્યાં છે
તું મારી ધડકનને ચાલતી રાખતી ફક્ત મારી જ ધક ધક
ગર્લ છે, તું ત્યાં છે
તું મારી કવિતોમાં હરદમ રહે તું ત્યાં છે
તું મારી ડ્રિમ ગર્લ છે, જે સ્વપ્નમાં આવે તું ત્યાં છે
તું મારા શરીરના દરેક અંગ માં છે તું ત્યાં છે
તું મારી આંખોના આંસુમાં છે તું ત્યાં છે
તું સુંદરતામાં રહેલી પરી છે તું ત્યાં છે
તું મારા દરકે સેકંડોમાં હાજર છે તું ત્યાં છે
તું મારા ગીતોમાં કંડારેલા અવાજ માં છે તું ત્યાં છે
તું મારી આપેલી દરેક ગિફ્ટ માં છે તું ત્યાં છે
બસ બસ બસ .....તું બધે છે ...તું ત્યાં છે ....

103. (તરસ)

પાણી હું તને પીવડાવું
અને તરસ મારી છીપે
કાજલ તું લગાવે
અને શ્યામ મને બનાવે
મેક અપ વગર તું સુંદર બને
અને હંમેશા મને બહેકાવે
તારા મીઠા શબ્દો હોય
અને કવિ મને બનાવે.......

104. (ગરબા)

ક્યારેક ગરબા અમે પણ થોડાક, રમી લઈએ છીએ
દોસ્તો ના હોય,તો સાહેબો જોડે રમી લઈએ છીએ
ક્યાંક ભીડ માં ક્યારેક, અમે પણ દેખાય જઈએ છીએ
બે ઘડી હાસ્ય મળી જાય,એવું થોડુંક જીવી લઈએ છીએ...

105. (સિંગર)

"અમે ક્યાંક મોકો મળે તો,સુર છેડવાની રાહ જોતા હોય છે
શ્રોતા નથી મળતાં તો, બાથરૂમ સિંગર બની ગાતા હોય છે
મિત્રો અને કુટુંબને, રાગ સંભળાવીને, મનને મનાવતા હોય
છે""

106. (વરસાદ)

વરસાદ તું આવે તો દલડું ભરાય છે
મારુ મન તરબતોર થાય જાય છે,
વરસાદ તું આવેતો બધું લીલુંછમ થઇ જાય છે
મારા અંતરના ઊર્મિઓ સતેજ થાય છે
મારા હૃદયના ખૂણે ખૂણામાં પ્રેમ નો આવાજ થાય છે
વરસાદ તું આવે તો......
કુવા ભરાય ને છલોછલ થાય તે જરૂરી છે
નદી-નાળા જીવવા માટે જરૂરી છે
વરસાદ તું આવે તો ......
તું જો રિસાય તો ધરતી ફાટી પડે
તને મનાવું મારા પગ ઘસી ઘસીને કે
વરસાદ તું આવે તો.....
ખેડૂતો ની શાન છે, ખાધા વગર ક્યાં જીવાય છે
પાણી વગર બધું નકામું, પણ તોય લોકોને ક્યાં સમજાયછે
વરસાદ તું આવે તો.....
જળદેવી મંદિર વલસાડમાં બન્યું છે તારા માટે
વરસ મન મૂકીને, નથી જોવા હવે દુકાળ ના દિવસો
વરસાદ તું આવે તો......
ઠેર ઠેર બોર બનાવીને માંગે છે પાણી
હવે તો વરસો, શ્વાસ સુકાય છે પાણીના રાજા
વરસાદ તું આવે તો......

107. આર જે દેવકી (રેડિયો),અમદાવાદ

નિધિના આંગણે પધાર્યા છે આજ રેડીઓના બાહુબલી દેવકી
કરી છે વર્ષા અભિનંદનની નિધિ પરિવારે આજ રેડીઓના
બાહુબલીની...

.

મોર્નિંગ નંબર વનથી બન્યા છે રેડ ફ્રેમ ના કરતા- હર્તા
સમુધ્રમન્થન, અગ્નિકન્યા, યુથ એમ્બેસેડર ના એવોર્ડ
વિજેતા....

.

દેવકીનો કારોબાર હોય કે, હોય ગોલ્ડાન માઇકનો સવાલ
ફન કરાવે, હસાવે સાથે રહીને કરાવે અમળવાદીઓને
ધમાલ...

.

એક્ટિંગ કરવી હોય કે ઇવેન્ટ એમ રેડી દે છે જાન
બંને ભુલાવી દે છે પોતપોતાના ખાન-પાન ને ભાન...

.

જેમ લોકો નિધિ હોસ્પિટને યાદ કરે છે દર્દીની સારી સેવાથી
તેમ કરશું યાદ આજે ને કાલે દેવકીની અવાજ થી....

.

108. (પતિવ્રતા)

લોકો કરે સેવા, મેળવવા બસ મેવા
અહીં ક્યાં લેવા હતાં એને મેવા,

.

બસ એ તો પતિની જ કરે એ સેવા
ખભાનો એનો ટેકો મજબૂત બનાવે મને આખો
સવાર ને સાંજ દોડીને કામ કરે મારુ દિવસ આખો

.

પગ ને બસ આરામ જ આપો તમે
જલ્દી સાજા થાવ એવું કરો તમે

.

આ શબ્દોમાં લાગણીઓ નો ભંડાર
એટલે તો ભગવાનની છે છાયા અપાર

.

એમ થાય, રોજરોજ કરું તારીફ તારી
તે ભૂલોને પણ કરી નજરઅંદાજ મારી

.

આભાર ના શબ્દો આજે ફરી ખૂટી પડ્યા
પ્રેમના બધા સરવાળા આજે સાચા પડ્યા....

.

તારા હોવાથી રોજ ઘરે છે દિવાળી
એટલે જ તો તું જ મારી ઘરવાળી

.

ઘરને સાચવવાની છે આપણી જવાબદારી
પણ મને નથી આપતી તું કોઈ જવાબદારી

.

મારી હા માં તું હા પાડે તેવી તું કહ્યાંધરી
તું કાંઈ ના માંગે તેવી છે અદભુત સુંદરી

.

બધાને સાચવામાં પોતાને છે ખોઈ બેઠી
તું સારા ઘરની છે અનોખી બેટી

.

ચાલ હવે છોડ ને સઘળી ચિંતાઓ
થોડી તારી પણ કરી લે પુરી આશાઓ....

109. તું વાંચીશ ને ?

મારી કવિતાઓ તું રોજ વાંચીશ ને
શ્વાસ રહે ત્યાં સુધી સાથ નિભાવીશ ને
મારી આંખોમાં આંખ નાંખીને પ્રેમ કરીશને
મારી દરેક ક્ષણોમાં તું હાજર રહીશને
મને રોજ સવારે નાસ્તો બનાવી આપીશને
ક્યારેક સ્વાદીષ્ટ રસોઈ અચાનક પીરસી આપીશને
મારી કસમ ને તું તારી કસમ બનાવીશને.....

110. સમય

મને ગમે છે સમય મજાનો
પણ તું ક્યાં છે રોકાવાનો

.

સેકન્ડ કરતાં કલાકોમાં તું ભાગે
મારા સુખમાં તું હંમેશા જલ્દી ભાગે

.

સમય આ કિંમતી છે જે ફક્ત તને આપું
તું માને કે ના માને આ હું કોઈને ના આપું

.

સવાર થી રાત બસ હોય છે તારુ રટણ
પણ આ સમય કેમ મળતો નથી મને મણ-મણ ?

111. રિસાવવું-મનાવવું

મારે પણ રિસાવું છે જો તું મનાવે તો
મારે પણ તને મનાવી છે જો તું રિસાય તો

.

સંબંધ માં રિસાવું ને મનાવવું જરૂરી છે જો ને
એટલે જ આપણી વચ્ચે નિકટતા વધારે છે જો ને

112. ચૂંટણી આવી

ચૂંટણી આવી શું શું લાવી

.

મારી ને તમારી કસોટી લાવી
Evm માં ક્લિક કરવાની લ્હાણી લાવી

.

ઉમેદવાર ને પસંદ કરવાની તક લાવી
ભલે ને કામ ના કરે, એવા શક લાવી

.

નવા નવા વચન અને ઉમ્મીદ લાવી
કરશે પૂરા તેવા ખોખલા વિચાર લાવી

.

કેટલાય પક્ષોના હોર્ડિંગ લાવી
કોણ જીતશે એની પંચાત લાવી

.

આખરે મોઘવારી ઘટશે તેવા સપનાં લાવી
ખબર નહિ પણ આશાના નવા કિરણો લાવી....

.

113. મતદાન

શ્રેષ્ટ દાન, એ છે મતદાન
બાકી છે બીજા પણ દાન

.

પ્રતિબદ્ધતાની અભિવ્યક્તિ નું બીજું નામ
બંધારણ, સંવિધાન નું રાખો તમે બસ માન

.

કોઈ ઘોડે ચડી જશે આજ કરવા મતદાન
કોઈ જશે વિન્ટેજ કાર માં કરવા મતદાન

.

કોઈ પગપાળા જશે કરવા મતદાન
તો કોઈ વીલચેર પર જશે કરવા મતદાન

.

બસ ગમે તેને આપો આજ તમે મત
પણ આપજો જરૂર તમારો આજ મત...

114. કમનસીબ શ્રદ્ધા ?

શ્રદ્ધા રાખીને કર્યો એણે, નિઃસ્વાર્થ પ્રેમ
બદલો મળ્યો સરેઆમ ટુકડા થકી પ્રેમ...

.

પ્રેમના નામે કરાતાં આ નાટકો
સાચે જ હવે બંધ કરો આ નાટકો...

.

અજીબ છે, આ શહેરના લોકો
memes બનાવે ફેમસ થવા લોકો...

.

જાનવર પણ ના કરે આવા ખરાબ કૃત્ય
ક્યાં સુધી ચાલશે આવા ખરાબ નુર્ત્ય...
ક્યાંક અમસ્તું આવી ચડે છે દુઃખ
પણ આવશે જ પછી સાચે સુખ

.

વિધાતાએ લખ્યું હશે કંઈક અલગ
એવું માનીને ચાલો તમે રોજ અડગ

.

સપનાઓ જોવાના રૂપિયા ક્યાં લાગે
તો જ તો, પુરા કરવાના ઓરતા જાગે
તું આમ દૂર રહીશ એ કેમ ચાલશે ?
મારા હૃદયના ધબકારા કેમ ચાલશે ?

.

ચિરાગ પરમાર

તારું અને મારું ચાલે જો ને ચક્કર
ચાલ ને ક્યાંક થઈ જઈએ રફ્ફુચક્કર

115. કબૂલ છે

હવે કબૂલ છે કોઈ ગમે તેમ બોલે
બે કાન જે ભગવાને આપ્યા

.

હવે કબૂલ છે કોઈ ના બોલાવે
સોશિયલ મીડિયા જે આવ્યા

.

હવે કબૂલ છે કોઈ ના મળવા આવે
લાઈવ વિડિઓ જે શોધી લાવ્યા

.

હવે કબૂલ છે કોઈ ના સમજે મને
પોતાના બધાને મેં, સમજી જાણ્યા

.

હવે કબૂલ છે કોઈ ચિરાગ ને સળગાવે
સળગ્યા વગર ક્યાં જ્યોત આવે ????

116. (જૂઠ)

જૂઠ બોલીને ખસી જાય અહીં બધા
તો પણ જૂઠની બોલબાલા અહીં સદા...

.

જૂઠ બોલીને, સાહેબ યાદ રાખવું જ પડે
તો પણ સાચું બોલવાની ભાન ના પડે...

.

જૂઠ ગમે તેટલું છુપાવામાં માહેર રહે
તો પણ એ છાપરી ચડીને,પોકારીને કહે...

.

જૂઠ બોલીને તમે ભલે છેતરો સામેનાને
ખબર હોય તો પણ નજરઅંદાજ કરે તમને...

.

જૂઠ બોલીને કોઈનું સારું થતું હોય તો ગમશે
તો પણ પ્રયત્ન કરે ચિરાગ સાચું બોલીને નમશે...

117. ઊંઘ ની મજા

શિયાળામાં મને, પડે ઊંઘવાની મજા
એલાર્મ વાગે એની, મને મળે સજા...

.

જો સાથે જ બધા ઊંઘતા હોય
તો ગોદડું ખેંચવાની મજા...

.

વધારે ઠંડીમાં ટૂંટિયું વાળીને
સુવાની એ મજા...

.

હોઠને તાજા રાખવા
વેસેલીન લગાવાની મજા...

.

૫ મિનિટ કહીને
બીજો અડધો કલાક સુવાની મજા..

118. (તિથલ બીચ - આજની સવાર)

તિથલની હતી એ આજની મારી સવાર
બસ કસરત કરવાની હતી આજ ફૂવાર...
.
આજ કૂતરાને જોઈને થયું કંઈક આવું
એણે પણ કહ્યું ચોખ્ખી હવા લેવા આવું ?
.
અલગ મુદ્રા માં ઉભો રહીને કહે મને
આપો બુટ અને ટ્રેક દોડવા હવે મને...
.
આવું જ કંઈક વિચારતો હશે એ ?
ક્લિક કરીને ફોટો લીધો એનો મેં...

119. (કાળજી)

કેશુ ને શું થોડા સહલાવ્યા
કહ્યું સાચવણી ના કરશો
થોડું વધારે હેત મેં શું આપ્યું
કહ્યું આદત ના પાડશો

.

થોડો વધારે સમય શું મેં આપ્યો
કહ્યું ઘડી ને તો જોયા કરો

.

થોડી ભેટ સોગાતો મેં શું આપી
કહ્યું ખર્ચા ના કરશો

.

થોડા મીઠા વખાણ શું મેં કર્યા
કહ્યું ખારા ક્યારે થશો

.

થોડી વધારે કાળજી શું મેં લીધી
કહ્યં જીવનભર સાથ આપશો ????

.

120. (આંખો)

તરસ માત્ર તારી, આંખોથી બુઝાય છે
જળ વગર પણ ચાલે એવું, કહેવાય છે
ઝુકવાની આદત તો, નથી કોઈની સામે મને
તારી આંખો ઝુકે એટલે હું ઝૂકી જાઉં સ્વમને....
તું બદલાઈ રહી છે કે
મારી સમજવાની શક્તિ બદલાઈ રહી છે...

.

સમય બદલાય રહ્યો છે કે
મારી દેખવાની તલબ બદલાઈ રહી છે...

.

અપેક્ષાઓ વધી રહી છે કે
મારી લાગણીઓ બદલાઈ રહી છે...

.

પહેલાની જેમ વાત થતી નથી કે
મારી સહનશક્તિ બદલાઈ રહી છે...

.

જરૂરત પુરી થઇ છે કે
જરૂરિયાત બદલાઈ રહી છે...

.

કંઈક તો છે રાઝ કે
જમાના સાથે તું પણ બદલાઈ રહી છે...
સ્વ ને ચાહવામાં હું તને ભૂલી ગયો

ભૂલોની માફી માંગીને હું થાકી ગયો

.

મંત્ર, તંત્ર, જાદુ ટોણા કે દવાઓ કરી દો હવે
આધ્યત્મિક વાતોથી હું, માણસ બની ગયો

121. (પરિણામ)

પરિણામ શું આવશે, એ ક્યાં જાણ્યું મેં
બસ મોજ કરવામાં, સમય માણ્યો મેં

.

સુખની શોધમાં હવે દુઃખી થયો હું
આધ્યત્મિક જ્ઞાન શોધવા ગયો હું

.

પરમાત્મા ની ખોજ કરું છું રોજ હું
હું કોણ છું તેની પરીક્ષા કરું હવે હું

122. પ્રાયશ્ચિત

પ્રાયશ્ચિત કરવાનો સમય જ ના મળ્યો
એમાં શરીરનો અંશ ચોતરફથી ઓગળ્યો ??

.

પાપ અને પુણ્ય ની વ્યાખ્યા ક્યાં સમજાય
બસ ખોટું કરીને જ કળિયુગમાં જીવાય ??

.

પશ્ચાતાપથી જો આંખો ચોધાર થઈને રડે
તો પણ મનમાં ક્યાંક, ભરલો અગ્નિ નડે ??

.

આમ વિસામો લઈને, ક્યાં રખડુ છું હું
બસ સ્વયંને બાંધીને રોજ ખખડું છું હું ??

123. જવાબદારી

જવાબદારીઓ નિભાવતા નિભાવતા ખોવાય ગયા
આપણું જ અસ્તિત્વ શોધતા શોધતા મુરઝાય ગયા

.

સવાર પડે ને દોડતા દોડતા કામ પર ગયા
આ જવાબદારીઓમાં અમે સાવ ફેંકાય ગયા

રસગુલ્લા -

(ચાય કી આદત સે ભી દૂર રખા કરતે તે ખુદકો
આહીસ્તા આહીસ્તા તુમ્હારી લત લગ ગઈ)

.

રસગુલ્લા-

ક્યાંક વિસામો શોધું છું, તો સંગીત આવે સમીપ
વિરામ નથી લેવો મારે, ગીતથી યાદગાર બની આ સાંજ

.

રસગુલ્લા-

બરફ નો જાણે થયો, વરસાદ બે ઘડી
ચાની તલપ લાગી હવે પાછી ઘડી ઘડી

.

રસગુલ્લા-

સ્વાર્થની દોસ્તી કરી, મને એ જાય રોજ છેતરી અહીં
સહન કરીને, ચિરાગ હ્રદયને કહે ચુપકીદી રાખ અહીં

.

રસગુલ્લા-

ચિરાગની રાખ ને કોણ અહીં પૂછે છે જનાબ
બુઝાયેલા ચિરાગ ની નથી હોતી કોઈ ઓકાત

.

રસગુલ્લા-

ક્યાંક કોઈ બીમારી ના આવી જાય એટલે કરું રોજ કસરત
પણ રોજ જવાબદારી નું ટોપલો પણ અમસ્તું કરાવે કસરત

.

રસગુલ્લા-
ક્યારેક અમસ્તું આવી ચડે, બારીમાં કબતુર સમીપ મારી
થાય કે અડી લઉં, પણ ઉડી જશે એ પણ છે બીક મારી

.

રસગુલ્લા-
પ્રેમ કરવો અને નિભાવવો બંનેમાં છે ફર્ક
કોઈક ફ્રી થઈને કરે તો કોઈક હંમેશા કરે
બસ એટલો જ હોય છે ફર્ક

.

રસગુલ્લા-
હું વર્તમાનમાં ક્યાં જીવું શકું છું
ભૂતકાળ પીછો નથી છોડતું
અને ભવિષ્ય ડોકિયાં કરતુ હોય છે

.

રસગુલ્લા-
એ એવી બધી એપ છે વાપરે
કે બધી જ અમારી ખબર સાચવે

.

રસગુલ્લા-
અમને તો આમ સમય જ ક્યાં હતો
આતો તમારામાં ખોવાયા
એટલે છે સમય શોધાયો

.

રસગુલ્લા-
વ્યસ્ત સમયમાં પણ, તમને જ યાદ કરતો ચિરાગ
તમને શું ખબર કેવી રીતે જીવતો હશે જ્યોત વગર ચિરાગ

.

રસગુલ્લા-
મારે પણ આઝાદ થવું છે,
ખોખલા વિચારોથી
આવવું છે બહાર, શક ની દુનિયાથી

.

રસગુલ્લા-
સવાર ને સાંજ બસ ઢોસા ઈડલી રવા
તો પણ મીઠા લાગતાં હતા એ ખાવા

.

રસગુલ્લા-
કેટલમાં બનાવેલી ચા ની સુગંધ એ સવારની
લોકોનું vannakam કહેવું યાદ એ હતી મજાની

.

રસગુલ્લા-
એમણે કહ્યું મુડ નથી
હવે અમારો પણ મુડ નથી

.

રસગુલ્લા-
સુખમાં જ બનાવે એ અમને ભાગીદાર
અમારે બનવું હતું દુઃખ માં પણ ભાગીદાર

.

રસગુલ્લા-
માફી માંગવાથી, ક્યાં મળે છે
ભૂલ સુધારવાથી, જ મળે છે

.

રસગુલ્લા-
તારી કસમેં તો ખરું કર્યું

તું મોજુદ નથી એવું કર્યું
છતાંય
સિગારેટની ફૂંકો મારવાનું મેં જતું કર્યું

.

રસગુલ્લા-
સમય ને સાથ આપવા જઉં તો
સુખ ભાગી જાય છે

.

રસગુલ્લા-
તારી તબિયત બગડે એમાં મારા હાલ પણ ગગડે
રોજ કરું પ્રાર્થના, તું છે તો હું છે બસ એ યાદ રાખજે

.

રસગુલ્લા-
ક્ષમા એક વ્યક્તિ કરે છે,
મુક્ત બે વ્યક્તિ થાય છે

.

રસગુલ્લા-
કશું નથી મળતું દુનિયામાં મહેનત વગર
ચિરાગ રોજ બળે છે ત્યારે તો અજવાળું આવે નજર

.

રસગુલ્લા-
આ બાલ્કની માંથી મારી રોજની, સાંજ નિહાળાતી
કોને કહું કે ક્ષણો માટે એ કાશ, મારી વાત સાંભળતી

.

રસગુલ્લા-
મહેંદીના આ રંગ ને પણ ખબર પડી ગઈ
કે આ રંગ છે પ્રેમ નો એ નજર પડી ગઈ

.

રસગુલ્લા-

ગરમીની આ મૌસમ માં પણ તમે મહેકો છો

ઠંડક ની ક્યાં જ જરૂર છે તમે જે મને ચાહો છો

.

રસગુલ્લા-

ચિંતાઓના વાદળ જશે હવે

વરસાદ ના વાદળ આવશે હવે

.

રસગુલ્લા-

હવે,જો પ્રેમને માપવાનું શોધાશે સાધન

બતાવી દઈશ,સેકન્ડ પણ ઓછી પડશે માન

.

રસગુલ્લા-

અમે જ લાગણીશીલ છીએ કે તમને પૂછીએ કેમ છો ?

તમારી પાસે ક્યાં છે ફુરસત કે અમને પૂછશો કેમ છો ?

.

રસગુલ્લા-

આ ચાના ઘૂંટ મારતાં, મારી પરેશાની દૂર થાય

ત્યાં, શું વિશાત કે લોકો, સહારો આપી જાય

.

રસગુલ્લા –

ગરમી એ કરી છે એવી મારી દશા

બંધ ફુવારા પણ ઠંડક આપે છે સદા

.

રસગુલ્લા-

આમ તો હું બોલતો નથી,ખાલી લખું છું

પણ લખ્યા પછીનો આનંદ, પ્રગટ કરી શકું છું

.

રસગુલ્લા-

નજીક હોવા છતાંય, એમને દેખી ના શકાય

એવી આ ગહેરાઈ ને, કોઈથી ના સમજાય

.

રસગુલ્લા-

મારી સવાર, તમારી સવાર, આપણી સવાર

આ સવાર જ મને તમને અને આપણ ને જગાડે

.

રસગુલ્લા-

આંખ ના ખૂણા થી નીકળતી આ રસધાર

મારે પણ બંધાવો છો, કુતુમ્બ મિનાર

.

રસગુલ્લા-

તમારા સુખમાં નહીં પણ દુઃખ માં થવું છે ભાગીદાર

સઘળા પ્રશ્નોનું બેસીને ચાલ લાવીએ નિરાકરણ

.

રસગુલ્લા-

હશે તમારા મિત્રો અનેક અને બેસ્ટ

મારુ નામ ક્યાંક હશે એમાં શ્રેષ્ટ

.

રસગુલ્લા-

અપેક્ષાઓ વીણી વીણી ને રાખી છે

પુરી કરજે હવે તું ગણી ગણી ને

.

રસગુલ્લા-

એમને મેં કહ્યું તરસ છીપાવી આપો
એ મૃગઝળ ની નજીક લઇ આવ્યા

.

રસગુલ્લા-
ફિર આજ બુખાર ને દી હૈ દસ્તક
કિસ ગુન્હા કી સજા દેતા હૈ કમબખ્ત

.

રસગુલ્લા-
આજ આભનો, જોઈને આ નજારો
બેશબ્દ થઈ ગયો, જોઈને કુદરતનો આ ખજાનો

.

રસગુલ્લા-
એમની એટલી પડી ગઈ છે હવે આદત
કે બસ યાદ આવે દિવસ હોય કે રાત

.

રસગુલ્લા-
તમે જેની કાળજી લો છો એમને ઇન્શ્યોરન્સ ની જરૂર નથી
બસ " મેં હું ના " કહો એટલે પ્રિમયમ ભરાઇ જશે

.

રસગુલ્લા-
પ્રોમિસ ડે ની બધાઈ છે સૌને
પણ કોઈ પ્રોમિસ નહીં કરીએ તમને

.

રસગુલ્લા-
(હું ક્યાં કહું છું કે પ્રોમિસ કર
બસ મારી સાથે વાત કર)

.

રસગુલ્લા-
(રાખ્યો છે ઉપવાસ બસ તારા માટે આજ
માફ કરજે આ ઈબાદત ની ભૂલ ને ખાસ)

.

રસગુલ્લા-
(મારી પણ એક વાત માન ને હવે કાતિલ
કોઈક વાર તો દુઃખમાં થવા દે મને શામિલ

.

રસગુલ્લા-
તારા વગર અધુરો છું એ તું છે જાણે
ખુશ ત્યારે જ થાઉં જયારે તું મને મળે

.

રસગુલ્લા-
કાજુકતરી કરતાં પણ મીઠા છો તમે
આદત ના પડે એટલે ચાખતાં પણ નથી અમે

.

(રસગુલ્લા)
સમય જઈ રહ્યો છે, એનું દુઃખ છે
પણ સાથે છીએ એનું સુખ છે.

.

(રસગુલ્લા)
બસ, આમ નિરંતર સફર ચાલ્યા જ કરે
તારો અને મારો હાથ પકડીને આમ ચાલ્યાં જ કરીએ.

.

(રસગુલ્લા)
પાછો હતો એ ચિરાગ થવું છે મારે
આ બનાવટી દુનિયાથી દૂર જવું છે મારે

.

(રસગુલ્લા)

અતિવૃષ્ટિ થઇ છે ફરી, બધે છે આજે પાણી પાણી
જે લોકો મદદ કરે છે એમને મારા ખમ્મા ઘણી ઘણી

.

રસગુલ્લા –

(સ્ટ્રેસ લેવલ વધે છે, તારુ,એમાં બળે છે લોહી, મારુ)

.

રસગુલ્લા -

(કેટલુંય કામ તું છે કરે,એકી શ્વાસે,
ખાવાનું પણ ભૂલી જાય એવું સાચે ?)

.

રસગુલ્લા -

(ઇન ચિરાગ મેં તેલ હી કમ થા
કયું ગીલા ફિર હમેં હવા સે કરે)

.

રસગુલ્લા-

કેટલીય પરીક્ષામાં ચિરાગ ટોપ કરે છે
પણ લાગણીની પરિક્ષામાં ડ્રોપ કરે છે

.

રસગુલ્લા-

આજ ફરી થાકી ગયો છું, પણ હારી નથી ગયો હજુ
ચાલ દોસ્ત આ રોજ ની ભાગદોડ થી દૂર જઈએ હજુ

.

રસગુલ્લા-

ક્યાંક જો નીરવ શાંતી મળે, તો હવે જવું છે ત્યાં
વૃક્ષો,નદીઓ,પર્વતોમાંથી મળશે શાંતી જ્યાં ?

.

રસગુલ્લા-

(મૌસમ કાંઈક અલગ છે સવારથી આજ
જાણે હમણાં વરસી પડશે ગગન આજ)

.

રસગુલ્લા-

આ ચા ની પાછી સંગત કરવી પડશે હવે આજ
મૌસમ જ છે એવી કે તને યાદ કરવી જ પડશે આજ

.

રસગુલ્લા-

ગઈકાલે જે મને તારું પકડવું
અને કહેવું કે સાથે વૉક પર જઈશું

.

રસગુલ્લા-

મોસમ બદલવાની ક્યાં જરૂર હતી અહીં
ખુદ ચિરાગ ને સળગાવી દેવો હતો ઠેર ઠેર

.

રસગુલ્લા-

સમય ની સાથે બદલાતી રહેતી મોજડી મારી
કંઈક નવું પહેરવાનું એજ તો છે ખાસિયત મારી

9 798889 754527

Printed by Libri Plureos GmbH in Hamburg, Germany